CS Lewis (1898–1963) - Chủ nghĩa Cơ đốc thuần túy, được sống trọn vẹn

Từ một tâm trí miễn cưỡng đến một cuộc sống được chuyển đổi hoàn toàn

Những bức thư sống động – Chuỗi bài suy niệm 40 ngày | Tập 2

Bởi
CS Lewis; Zacharias Godseagle ;
Am . MO Ogbe ;
C . Ladi Ogbe ;

Table of Contents

BẢN QUYỀN © TRANG

CS Lewis (1898–1963) - Chủ nghĩa Cơ đốc thuần túy, được sống trọn vẹn
Từ một tâm trí miễn cưỡng đến một cuộc sống được chuyển đổi hoàn toàn
Những bức thư sống động – Chuỗi bài suy niệm 40 ngày | Tập 2

TÁC GIẢ
CS Lewis
Zacharias Godseagle
Thứ Hai O. Ogbe
Comfort Ladi Ogbe

NHÀ XUẤT BẢN
Zacharias Godseagle và Godseagle Ministries.
Xuất bản bởi: **Zacharias Godseagle**
Liên hệ - https://www.otakada.org
ambassador@otakada.org
Điện thoại/SMS +13024922440;
Whatsapp +2348032835348

TUYÊN BỐ MIỄN TRÁCH NHIỆM
Cuốn sách này là một nguồn tài liệu hướng dẫn tâm linh và môn đệ hóa. Mặc dù nó dựa trên các tác phẩm lịch sử, bao gồm cả *Tự thú của Thánh Augustinô* , nhưng nó không nhằm mục đích trở thành một ấn bản học thuật phê bình hay thay thế cho các văn bản thần học chính. Các trích dẫn Kinh Thánh được sử dụng cho mục đích tâm linh và hướng dẫn. Các diễn giải và ứng dụng được trình bày một cách cầu nguyện và mục vụ.

THÔNG BÁO KINH THÁNH
Trừ khi có chỉ dẫn khác, các trích dẫn Kinh Thánh được lấy từ các bản dịch tiếng Anh thông dụng. Một số chỗ được nhấn mạnh để làm rõ nghĩa và tập trung vào nội dung suy niệm.

THÔNG TIN IN ẤN
In tại Hoa Kỳ, ấn
bản đầu tiên.

GIỚI THIỆU VỀ CUỐN SÁCH – CS Lewis (1898–1963) - Cơ Đốc giáo thuần túy, được sống trọn vẹn

Từ một tâm trí miễn cưỡng đến một cuộc sống được chuyển đổi hoàn toàn

Điều gì sẽ xảy ra khi Kitô giáo không chỉ được tin tưởng mà còn *được sống theo* ?

Trước khi cuốn "Mere Christianity" trở thành một trong những cuốn sách Cơ Đốc giáo có ảnh hưởng nhất thế kỷ

XX, tác giả của nó là một người cải đạo bất đắc dĩ—một người tài giỏi, đầy tổn thương, hoài nghi và chống đối Chúa. C.S. Lewis không dễ dàng đến với đức tin, cũng không chấp nhận nó một cách cảm tính. Ông đã tranh luận để đi đến niềm tin, chống lại nó một cách quyết liệt, và cuối cùng đầu hàng trước điều mà ông từng gọi là "sự cải đạo chán nản và bất đắc dĩ nhất ở toàn nước Anh".
Cuốn sách này bắt đầu từ đó.

"Mere Christianity, Fully Lived" mời độc giả tham gia vào hành trình 40 ngày, đưa *những tư tưởng của Lewis vào sự vâng phục hằng ngày* . Dựa trên cuộc sống thời trẻ, những đấu tranh trí tuệ, những mất mát cá nhân, những chương trình phát thanh thời chiến và những tác phẩm trường tồn của ông, cuốn sách hướng dẫn tâm linh này không chỉ giải thích về Cơ Đốc giáo mà còn **hướng dẫn người đọc thực hành nó** .
Nhiều độc giả ngưỡng mộ cuốn *"Mere Christianity"* nhưng lại gặp khó khăn trong việc áp dụng nó. Một số người thấy nó sâu sắc nhưng trừu tượng. Những người khác ca ngợi sự rõ ràng của nó nhưng lại mong muốn nó nói trực tiếp hơn về những áp lực của cuộc sống hiện đại. Cuốn sách hướng dẫn tâm linh này đáp ứng những mâu thuẫn lâu nay đó bằng cách làm những gì mà chính Lewis tin rằng đức tin phải làm: **chuyển từ lý trí sang hành động, từ niềm tin sang phẩm chất** .
Mỗi ngày kết hợp:

- Một **khoảnh khắc đáng nhớ** trong cuộc đời của Lewis.
- Một **nhận định cốt lõi** được rút ra từ tác phẩm *"Cơ Đốc giáo thuần túy"* và các tác phẩm liên quan.
- Một **sự suy ngẫm hiện đại** chuyển tải tư tưởng của Lewis sang ngôn ngữ đời thường.

- Một **hành động thực tiễn hoặc bài tập tinh thần** liên quan đến tâm trí, trái tim và ý chí.

Thay vì làm người đọc choáng ngợp với thần học, cuốn sách này hé mở quá trình hình thành một cách dần dần—cho phép chân lý bén rễ thông qua sự suy ngẫm, rèn luyện và phản ứng trong cuộc sống. Người đọc không chỉ được yêu cầu đồng ý với Lewis, mà còn được yêu cầu **đồng hành cùng ông** , thành tâm đấu tranh với sự nghi ngờ, kiêu ngạo, đau khổ, vâng phục và niềm vui.
Đây không phải là bản tóm tắt của *"Cơ Đốc giáo thuần túy"* .
Đây là một **khóa học nhập môn có hướng dẫn** .
Đây không chỉ đơn thuần là một cuốn tiểu sử.
Cũng không phải là một cuốn cẩm nang biện hộ đức tin.
Mà là một bức thư sống động—được viết không phải trên giấy, mà trong chính cuộc đời của người đọc.
Nếu Augustine dạy chúng ta về một trái tim không ngừng tìm tòi, thì Lewis dạy chúng ta về một ý chí kỷ luật.
Và cuốn sách này mời gọi bạn sống theo những gì bạn tin tưởng – từng ngày một.

CUỐN SÁCH NÀY DÀNH CHO AI

Cuốn sách này dành cho những độc giả biết suy nghĩ sâu sắc và muốn sống một cuộc đời trung tín.
Cuốn sách này được viết cho những ai ngưỡng mộ " *Cơ Đốc giáo thuần túy"* nhưng cảm nhận rằng chỉ niềm tin thôi chưa đủ. Dành cho những ai đồng cảm với sự mạch lạc trong tư tưởng của C.S. Lewis, nhưng lại cảm thấy sự căng thẳng hàng ngày giữa niềm tin và hành động.
Cuốn sách này dành cho:

- Những người Kitô hữu tin vào đức tin cần phải vận dụng cả **trí tuệ và sự vâng phục.**
- Những độc giả được định hình bởi sự nghi ngờ, lý trí, đau khổ hoặc sự trung thực trí tuệ.

- Những người tìm kiếm điều gì đó sâu sắc hơn là cảm xúc, nhưng không quá trừu tượng.
- Những người có đức tin khao khát được rèn luyện, chứ không chỉ đơn thuần là nhận được thông tin.
- Những độc giả đang sống trong cuộc sống hiện đại cần những chân lý cổ xưa được chuyển tải vào thực tiễn đời sống.

Điều này đặc biệt dành cho những ai đã từng nói:

- *"Tôi tin điều này—nhưng làm sao để sống theo nó?"*
- *"Niềm tin của tôi rất hợp lý, nhưng cuộc sống của tôi vẫn chưa theo kịp."*
- *"Tôi muốn một Cơ Đốc giáo hình thành nhân cách, chứ không chỉ hình thành quan điểm."*

Đây không phải là cuốn sách để đọc thụ động.
Nó dành cho những người sẵn sàng để bản thân được định hình.

NHỮNG GÌ BẠN SẼ NHẬN ĐƯỢC TỪ CHUYẾN HÀNH TRÌNH NÀY

Hành trình tu tập 40 ngày này được thiết kế để **hình thành toàn diện con người** — tâm trí, trái tim và ý chí.
Qua việc đọc sách mỗi ngày, bạn sẽ nhận được:

• Chân dung sống động của C.S. Lewis:
Bạn sẽ gặp Lewis không phải như một biểu tượng trí thức xa cách, mà là một người đàn ông được định hình bởi nỗi đau buồn, sự nghi ngờ, trí tưởng tượng, kỷ luật và sự đầu hàng miễn cưỡng. Cuộc sống ban đầu, những đấu tranh và sự chuyển biến của ông mang đến một khuôn khổ nhân văn cho đức tin, khiến người ta cảm thấy chân thực và dễ tiếp cận.

• Những giá trị cốt lõi của Cơ Đốc giáo được chuyển hóa vào đời sống thường nhật:

Những ý tưởng cốt lõi từ cuốn *sách "Cơ Đốc giáo thuần túy"* được diễn đạt lại bằng ngôn ngữ đương đại và áp dụng vào thực tế đời sống hàng ngày—công việc, các mối quan hệ, lương tâm, đau khổ, vâng lời và niềm vui.

• Quá trình hình thành tâm linh có cấu trúc:
Mỗi ngày đều tuân theo một nhịp điệu có chủ đích: suy ngẫm, thấu hiểu và phản hồi—cho phép chân lý chuyển từ sự hiểu biết sang thực hành.

• Đức tin được thúc đẩy bởi hành động:
Hành trình này không chỉ yêu cầu bạn đồng ý với chân lý Cơ đốc giáo. Nó mời gọi bạn thực hành chân lý đó—thông qua những bài tập có chủ đích nhằm hình thành thói quen, quyết định và tính cách.

• Chiều sâu được xây dựng dần dần, không gây choáng ngợp:
Thay vì tiết lộ mọi thứ cùng một lúc, cuốn sách hướng dẫn này hé mở quá trình hình thành một cách từ từ, tạo không gian cho sự suy ngẫm, phản kháng và trưởng thành.
Đến cuối bốn mươi ngày này, độc giả sẽ không chỉ hiểu rõ hơn về Lewis.
Họ sẽ hiểu chính mình một cách trung thực hơn—và được trang bị tốt hơn để sống theo những gì họ tin tưởng.

BẢY TRÍCH DẪN ĐÁNH GIÁ MẠNH MẼ

"Cuốn sách 'Cơ Đốc giáo thuần túy' giải thích những gì người Kitô hữu tin. Cuốn sách này giúp bạn sống theo những điều đó."

"Lewis không hề làm suy yếu đức tin—và cuốn sách hướng dẫn tâm linh này cũng vậy. Nó thách thức

người đọc phải vâng phục, chứ không chỉ đơn thuần là đồng ý."

"Ít cuốn sách nào định hình Cơ Đốc giáo hiện đại như *cuốn Cơ Đốc giáo thuần túy* . Cuốn sách hướng dẫn tâm linh này cuối cùng đã đưa những ý tưởng của nó vào thực tiễn hàng ngày."

"CS Lewis nói lên tiếng lòng của tư duy hiện đại bởi vì chính ông cũng từng phải vật lộn với sự nghi ngờ. Cuốn sách này đã thể hiện sự chân thành đó một cách tuyệt vời."

"Rõ ràng, mạnh mẽ và vô cùng thiết thực—tư tưởng của Lewis trở nên sống động hơn khi được kết hợp với hành động hàng ngày."

"Đây không phải là sự tận tâm mù quáng. Đó là sự chu đáo, đòi hỏi cao và mang lại phần thưởng vô cùng xứng đáng."

"Lewis tiếp cận người đọc ở bất cứ đâu họ đang đứng – nhưng không bao giờ để họ mãi ở đó."

Shalom!

Zacharias Godseagle ; Amb MO Ogbe ; C. Ladi Ogbe
Bộ Mục vụ Đại Bàng của Chúa
https://www.otakada.org
ambassador@otakada.org

TÓM TẮT BÌA SAU SÁCH BÌA MỀM

Cuốn sách "Mean Christianity" giải thích về đức tin. - Cuốn sách này giúp bạn sống trọn vẹn đức tin đó.

Trước khi C.S. Lewis trở thành một trong những tiếng nói có ảnh hưởng nhất của Cơ Đốc giáo, ông từng là một người cải đạo bất đắc dĩ—tài giỏi, tổn thương, hoài nghi và chống đối Chúa. Hành trình từ nghi ngờ đến sự quy phục đã định hình nên cuốn sách " *Cơ Đốc giáo thuần túy" (Mere Christianity*), một cuốn sách đã hướng dẫn hàng triệu người đến với đức tin.

"Mere Christianity, Fully Lived" mời độc giả khám phá sâu hơn nữa.

Cuốn sách hướng dẫn tâm linh 40 ngày này kết hợp cuộc đời thời trẻ của Lewis, những hiểu biết cốt lõi từ cuốn *"Mere Christianity" (Cơ Đốc giáo* thuần túy), và những ứng dụng thực tiễn hàng ngày vào một hành trình hình thành đức tin. Thay vì tóm tắt thần học, cuốn sách hướng dẫn người đọc thực hành thần học từng ngày.
Mỗi bài suy ngẫm kết hợp tiểu sử, chân lý Kitô giáo vượt thời gian, ngôn ngữ hiện đại và hành động có chủ đích, giúp niềm tin được chuyển từ trang sách vào cuộc sống thường nhật.
Đây không chỉ đơn thuần là một bài suy niệm.
Đây là một lời mời gọi hướng đến sự trưởng thành.

Không chỉ suy nghĩ như một người Kitô hữu,
mà còn phải sống như một người Kitô hữu.
Những bức thư sống động – nơi đức tin được thể hiện rõ ràng.

SỰ CỐNG HIẾN

Gửi đến tất cả những ai có niềm tin—
và cả những ai đang đấu tranh để tin tưởng; đến những tâm trí tìm kiếm sự sáng suốt, những trái tim khao khát sự trung thực, và những cuộc đời vẫn đang được viết nên bởi ân điển của Chúa.
Dành cho những độc giả đang trên hành trình dài từ lý trí đến sự phó thác, từ việc xem xét đức tin đến việc sống trọn vẹn đức tin.

LỜI CẢM ƠN

Tác phẩm này được xây dựng trên nền tảng đức tin được suy xét kỹ lưỡng và sống một cách can đảm.

Chúng tôi vô cùng biết ơn tấm gương trường tồn của **C.S. Lewis** , người mà sự trung thực về trí tuệ, sự rõ ràng trong tưởng tượng và lòng khiêm nhường vâng phục tiếp tục hướng dẫn vô số độc giả đến với một Cơ Đốc giáo sâu sắc và bền vững hơn. Dù cách biệt về thời gian, tiếng nói của ông vẫn hiện diện một cách nổi bật—kêu gọi những tâm hồn hiện đại suy ngẫm về chân lý, lòng tốt và con người của Chúa Kitô không phải như một ý niệm trừu tượng, mà như một Chúa sống động.

Chúng tôi trân trọng ghi nhận công lao của nhiều học giả, giáo viên, mục sư và nhà văn, những người đã cẩn thận bảo tồn và diễn giải cuộc đời và các tác phẩm của Lewis, nhờ đó mà hành trình tìm hiểu đức tin này mới có thể thực hiện được. Công lao của họ đã giúp đảm bảo rằng đức tin được soi sáng bởi lý trí vẫn luôn dễ tiếp cận với mỗi thế hệ mới.

Chúng tôi cũng biết ơn cộng đồng độc giả toàn cầu—những người tìm kiếm, hoài nghi, tin tưởng và đấu tranh—mà những câu hỏi, suy ngẫm và phê bình chân thành của họ đã định hình tầm nhìn của cuốn sách này. Nhiều chủ đề được đề cập ở đây xuất phát từ những mâu thuẫn thực tế mà độc giả của cuốn *"Mere Christianity" đã nêu lên* : khát vọng về sự rõ ràng mà không lạnh lùng, niềm tin mà không kiêu ngạo, và niềm tin có thể biến đổi cuộc sống hàng ngày chứ không chỉ dừng lại ở lý thuyết.

Xin chân thành cảm ơn những người đã đóng góp vào việc định hình nội dung và ứng dụng tâm linh của tác phẩm này. Sự phân định trong lời cầu nguyện của quý vị đã giúp định hình cuốn sách này không chỉ đơn thuần là sự suy ngẫm về những ý tưởng của Lewis, mà còn là lời mời gọi sống theo những ý tưởng đó.

Trên hết, chúng ta thừa nhận Đức Chúa Trời—Đấng kiên nhẫn đón nhận những tâm hồn miễn cưỡng, ân điển theo đuổi những trái tim lạc lối, và tiếp tục viết nên những thông điệp sống động qua những cuộc đời bình dị phó thác cho ý muốn của Ngài.

Mong rằng công trình này không phải là điểm kết thúc, mà là sự khởi đầu.

LỜI CẢM ƠN CỦA NHÀ XUẤT BẢN

Tập sách này được xuất bản như một phần của **chuỗi sách "Những Thư Tín Sống Động – 40 Ngày Suy Niệm"** , một sáng kiến môn đệ hóa nhằm hình thành những tín hữu không chỉ tuyên xưng đức tin mà còn thể hiện đức tin đó qua hành động.

Bộ sách bắt đầu với tác phẩm ***Thánh Augustinô thành Hippo (354–430 sau Công nguyên): Từ một trái tim bất an đến một cuộc đời được ghi chép lại*** , kể về hành trình của Thánh Augustinô từ sự hỗn loạn nội tâm đến sự vâng phục trọn vẹn. Tập đầu tiên đã thiết lập niềm tin cốt lõi của tác phẩm này: rằng Thiên Chúa tiếp tục viết nên chân lý của Ngài thông qua những cuộc đời hiến dâng, và những lời chứng của những người nam nữ trung tín vẫn là nguồn hướng dẫn sống động cho Giáo hội ngày nay.

Tập đầu tiên trong loạt sách Thư Tín Sống Động có bán tại đây:
https://www.amazon.com/ST-AUGUSTINE-HIPPO-354-430-Devotional-ebook/dp/B0GJN8N9XS

"Mere Christianity, Fully Lived" tiếp tục tầm nhìn này bằng cách đi sâu vào cuộc đời và tư tưởng của **C.S. Lewis** , người có sự cải đạo miễn cưỡng và đức tin kỷ luật đã truyền cảm hứng mạnh mẽ cho tư duy hiện đại. Trong khi Augustine tiết lộ về trái tim bất an, Lewis lại đối mặt với ý chí chống đối—kêu gọi các tín đồ vượt ra ngoài niềm tin để vâng phục hằng ngày.

Godseagle Ministries xuất bản loạt sách Living Epistles với sứ mệnh rõ ràng: quản lý các nguồn tài liệu dựa trên Kinh Thánh để đào tạo các quốc gia, củng cố Giáo hội và trang bị cho các tín đồ sống cách hữu hình như những sứ giả của Chúa Kitô. Chúng tôi tin rằng đức tin không chỉ được duy trì bởi các ý tưởng, mà còn bởi cuộc sống được định hình bởi lẽ thật, được thử thách bởi sự vâng phục và được Thánh Linh của Đức Chúa Trời ban sức mạnh.

Mỗi tập trong loạt sách này đều được dâng lên trong lòng thành kính, với hy vọng rằng độc giả sẽ không chỉ học hỏi từ quá khứ mà còn đáp lại trong hiện tại—cho phép Chúa tiếp tục viết nên những bức thư sống động của Ngài thông qua những cuộc đời bình dị dâng hiến cho mục đích của Ngài.

Chúng tôi biết ơn mỗi độc giả đã cùng tham gia hành trình này, tin tưởng rằng cùng một Đức Chúa Trời đã biến đổi Augustine và Lewis vẫn đang hành động cho đến ngày nay.

LỜI NÓI ĐẦU

Kitô giáo chưa bao giờ chỉ được duy trì bằng ý tưởng. Nó luôn được phát triển thông qua cuộc sống của chính con người.
Từ sự vâng phục của Áp-ra-ham đến sự quy phục của Phao-lô, từ lời tuyên xưng không ngừng nghỉ của Thánh Augustinô đến sự khuất phục miễn cưỡng của **C.S. Lewis** , Đức Chúa Trời đã chọn bày tỏ chính Ngài không chỉ qua mặc khải bằng văn bản, mà còn qua đức tin được thể hiện qua hành động. Kinh Thánh bày tỏ chân lý; cuộc sống cho thấy chân lý đó trông như thế nào khi được tin tưởng, chống đối, thử thách và cuối cùng là vâng phục.

Cuốn sách này được viết ra với niềm tin đó.
"Mere Christianity" đã giúp hàng triệu người hiểu được niềm tin của người Kitô hữu. Nó đã làm sáng tỏ giáo lý, xóa bỏ sự nhầm lẫn và thuyết phục những người có tư duy sâu sắc qua nhiều thế hệ. Tuy nhiên, nhiều độc giả vẫn cảm nhận được một khoảng cách thầm lặng giữa sự hiểu biết và việc sống theo nó—giữa sự đồng thuận và sự vâng phục. Cuốn sách hướng dẫn tâm linh này ra đời để lấp đầy khoảng cách đó. Chính C.S. Lewis đã hiểu rõ điều đó. Hành trình đến với Chúa Kitô của ông không được đánh dấu bằng sự nhiệt tình cảm xúc hay niềm tin chắc chắn tức thì, mà bằng sự kháng cự lâu dài, lý luận cẩn trọng và cuối cùng là sự đầu hàng khiến ông mất đi sự kiểm soát. Ông tin trước khi vâng lời. Ông tranh luận trước khi quỳ gối. Và khi cuối cùng ông khuất phục, ông làm vậy không phải vì đức tin dễ dàng, mà vì chân lý không cho ông lựa chọn nào khác.

Sự căng thẳng đó—giữa niềm tin và sự chuyển đổi—vẫn còn mang đậm tính hiện đại.

Chúng ta đang sống trong thời đại giàu thông tin nhưng nghèo nàn về sự hiểu biết. Nhiều tín đồ biết mình tin vào điều gì, nhưng lại khó sống theo đức tin đó một cách nhất quán. Đức tin được khẳng định, nhưng lại bị chia nhỏ thành từng phần. Chúa Kitô được ngưỡng mộ, nhưng không phải lúc nào cũng được noi theo. Lewis đã nhìn thấy rõ mối nguy hiểm này và khẳng định rằng Kitô giáo, nếu chân chính, phải biến đổi chúng ta – chứ không chỉ đơn thuần là truyền cảm hứng cho chúng ta.

Cuốn sách này mời bạn cùng bước vào sự tự vấn tương tự. *"Mere Christianity, Fully Lived"* không phải là sách hướng dẫn học tập, cũng không phải là tiểu sử theo nghĩa thông thường. Đó là một hành trình 40 ngày được thiết kế để giúp niềm tin được thể hiện trọn vẹn qua sự suy ngẫm hàng ngày, tự kiểm điểm trung thực và phản ứng có chủ đích. Dựa trên cuộc đời thời trẻ của Lewis, sự cải đạo miễn cưỡng của ông, và những hiểu biết sâu sắc trường tồn của *"Mere Christianity"* , mỗi ngày mời gọi bạn vượt qua sự đồng thuận thụ động để hướng đến sự vâng phục thực hành.

Những ngày sắp tới được sắp đặt một cách có chủ đích. Chúng không vội vã, cũng không gây choáng ngợp. Sự thật được phép hé lộ dần dần, tạo không gian cho sự phản kháng, nhận thức và phản hồi. Có những ngày sẽ sáng tỏ. Có những ngày khác có thể gây xáo trộn. Một vài ngày có thể đối mặt với những thói quen hoặc giả định đã lâu không được xem xét. Đó là điều có chủ ý. Sự hình thành hiếm khi diễn ra mà không có ma sát.

Cuốn sách này không yêu cầu bạn trở nên giống CS Lewis. Nó mời gọi bạn trở thành người mà chính Lewis tin rằng mỗi Kitô hữu đều được kêu gọi trở thành: một cuộc sống trong đó Chúa Kitô không chỉ được thừa nhận mà còn được thể hiện.

Khi bắt đầu, hãy thành thật.
Bạn không cần sự chắc chắn—chỉ cần sự sẵn lòng. Bạn không cần sự hoàn hảo—chỉ cần sự buông bỏ.
Mục tiêu của hành trình này không phải là hoàn thành bốn mươi bài đọc, mà là bắt đầu một lối sống khác. Mong rằng những trang sách này không phải là điểm kết thúc, mà là cánh cửa dẫn đến một đức tin sâu sắc, có kỷ luật và được sống trọn vẹn.

ĐÁNH GIÁ CỦA NGƯỜI ĐỌC SỚM

"Tôi đã đọc cuốn *'Cơ Đốc giáo thuần túy'* nhiều lần, nhưng cuốn sách suy niệm này cuối cùng đã giúp tôi chậm lại và để những chân lý của nó thay đổi thói quen hàng ngày của mình."

"Cuốn sách này không cho phép bạn trốn tránh sau sự ngưỡng mộ dành cho Lewis. Nó nhẹ nhàng nhưng kiên quyết đặt ra câu hỏi về ý nghĩa thực sự của sự vâng lời."

"Sự kết hợp giữa tiểu sử, suy ngẫm và hành động khiến cuốn sách này giống như một quá trình học hỏi tâm linh có hướng dẫn hơn là một cuốn sách cầu nguyện thông thường."

"Điều khiến tôi ngạc nhiên nhất là câu chuyện này trở nên mang tính cá nhân đến thế. Những khó khăn thời trẻ của Lewis phản ánh những khó khăn của tôi nhiều hơn tôi tưởng."

"Sâu sắc mà không nặng nề, đầy thách thức mà không khắc nghiệt. Đây là một cuốn sách hướng dẫn tâm linh dành cho những người muốn trưởng thành trong đức tin của mình."

"Tôi đánh giá cao việc quá trình này không bị vội vã. Mỗi ngày đều dựa trên ngày trước đó, tạo không gian cho niềm tin, sự phản kháng và sự trưởng thành."

"Đến cuối 40 ngày, tôi nhận ra rằng đây không chỉ là về Lewis hay cuốn *sách Cơ Đốc giáo thuần túy* . Mà là về cách tôi thực sự đang sống."

GIỚI THIỆU

"Các ngươi là thư của chúng ta, được viết trong lòng chúng ta, được mọi người biết đến và đọc."
— 2 Cô-rinh-tô 3:2

Kitô giáo vốn không bao giờ chỉ dừng lại ở lý thuyết.

Tin Mừng không chỉ được ban cho để bảo vệ, giải thích hay ngưỡng mộ, mà còn để được **thể hiện** – để hiện hữu trong cuộc sống bình thường của những người đã hiến dâng cuộc đời mình cho một Đấng Christ phi thường. Tin Mừng không kết thúc ở niềm tin; nó bắt đầu từ đó. Chứng nhân đích thực của nó không chỉ được tìm thấy trong sách vở, mà còn ở những người có cuộc sống đã được định hướng lại bởi chân lý.

Đây là niềm tin cốt lõi đằng sau loạt sách " **Những bức thư sống động"** .

Mỗi tập sách được xây dựng dựa trên một ý tưởng đơn giản nhưng đầy thách thức: rằng cuộc đời của những người đã thành tâm đấu tranh với Chúa, với lẽ thật và sự vâng phục vẫn còn vang vọng – không phải như lịch sử xa xôi, mà như những bài học sống động. Những đấu tranh, thất bại, sự trì hoãn và cuối cùng là sự đầu hàng của họ cho thấy đức tin bén rễ như thế nào trong kinh nghiệm thực tế của con người.

Trong tập sách này, chúng ta sẽ tìm hiểu về **C.S. Lewis (1898–1963)** — không phải vì ông sống một cuộc đời Cơ Đốc hoàn hảo, mà vì ông sống một cuộc đời *chân thật* .

Lewis không bắt đầu với tư cách là một tín đồ háo hức vâng phục. Ông bắt đầu với một tâm trí miễn cưỡng—sắc sảo, giàu trí tưởng tượng, bị tổn thương và chống đối Chúa. Ông yêu lý trí, cái đẹp và sự minh bạch về đạo đức, nhưng lại chống lại quyền uy mà Cơ Đốc giáo đòi hỏi. Hành trình đến với Chúa Kitô của ông không nhanh chóng hay ủy mị; nó được đánh dấu bằng những tranh luận, sự trì hoãn và sự đầu hàng phải trả giá.

Điều đó khiến giọng nói của ông ấy trở nên đặc biệt quan trọng vào thời điểm hiện tại.

Chúng ta đang sống trong thời đại mà việc tuyên xưng niềm tin thì dễ dàng, nhưng việc vâng phục lại thường bị trì hoãn. Đức tin được bàn luận, tranh luận và chia sẻ, nhưng hiếm khi được phép thay đổi hoàn toàn cuộc sống. Nhiều người đồng ý với Cơ Đốc giáo về nguyên tắc trong khi vẫn phải cân nhắc những yêu cầu của nó trong thực tiễn. Lewis đã nhận ra rõ sự căng thẳng này và khẳng định rằng, nếu Cơ Đốc giáo là chân chính, thì nó không cho phép sự trung lập dễ chịu.

Cuốn sách này mời bạn cùng bước vào sự tự vấn tương tự.

"Mere Christianity, Fully Lived" không phải là một cuốn sách giới thiệu về tư tưởng của Lewis, cũng không phải là sự thay thế cho các tác phẩm của ông. Đó là một **hành trình được dẫn dắt** , đưa cuộc đời, tư tưởng và những lời tuyên bố của Chúa Kitô vào cuộc đối thoại với kinh nghiệm sống hàng ngày của bạn. Cuốn sách không vội vàng đưa ra câu trả lời, nhưng cũng không cho phép né tránh. Nó đặt ra câu hỏi mà chính Lewis đã phải đối mặt: *Nếu điều này là đúng, thì tôi phải sống như thế nào?*

Các chương tiếp theo được thiết kế để diễn tiến chậm rãi và có chủ đích. Bạn sẽ bắt gặp những khoảnh khắc từ thời thơ ấu của Lewis, những hiểu biết rút ra từ cuốn *"Mere Christianity" (Kitô giáo* thuần túy), và những suy ngẫm chuyển tải những chân lý đó sang ngôn ngữ hiện đại. Mỗi bước đều chuẩn bị nền tảng cho những gì sẽ đến tiếp theo, tạo không gian cho sự nhận thức trước khi phản hồi, và niềm tin trước khi hành động.

Bạn không cần phải đến với sự chắc chắn.
Bạn được mời đến với sự chân thành.

Mục tiêu của hành trình này không phải là để ngưỡng mộ C.S. Lewis, cũng không phải để nắm vững các ý tưởng Kitô giáo, mà là để xem xét niềm tin trở thành sự vâng phục như thế nào—làm thế nào chân lý được thể hiện rõ ràng trong thói quen, quyết định, mối quan hệ và tính cách.

Trước khi bắt đầu hành trình từng ngày, phần tiếp theo sẽ giúp bạn dừng lại ở nơi mà chính Lewis đã từng dừng lại: trong khoảng không gian giữa sự kháng cự và sự đầu hàng, giữa sự hiểu biết và sự nhượng bộ. Ở đó, nền tảng được đặt ra cho một đức tin không chỉ dừng lại ở lý thuyết, mà được sống trọn vẹn.

GIỚI THIỆU PHẦN MỘT

TRƯỚC CẢ ĐẠO THIÊN CHÚA GIÁO THUẦN TÚY

Sự hình thành của một tâm hồn bất đắc dĩ

Trước khi Kitô giáo trở thành một điều cần được giải thích, bảo vệ hay sống theo, nó từng là một điều **bị phản kháng** .

Phần một của cuốn sách này không bắt đầu bằng niềm tin. Nó bắt đầu bằng sự hình thành.

Rất lâu trước khi cuốn *"Mere Christianity"* được viết ra, cuộc đời đã được âm thầm định hình – bởi sự mất mát, khát khao, trí tưởng tượng, trí tuệ và một ý chí kiên cường. Những động lực ban đầu này không trực tiếp dẫn C.S. Lewis đến với đức tin. Chúng đã chuẩn bị cho ông một sự đối mặt mà ông không thể tránh khỏi.

Phần này mời bạn nán lại lâu hơn.

Ở đây, Lewis chưa phải là nhà tư tưởng Cơ đốc giáo mà nhiều người ngưỡng mộ. Anh là một cậu bé bị tổn thương bởi nỗi đau buồn, một chàng trai trẻ thức tỉnh bởi vẻ đẹp, một trí óc kỷ luật chống lại quyền lực, và một người hoài nghi chân thành không muốn đầu hàng nếu không có lý do. Những câu hỏi của anh không hời hợt, sự phản kháng của anh không phải là thiếu suy nghĩ. Anh tin rằng sự thật rất quan trọng—và chính niềm tin đó trở nên đắt giá.

Đó là lý do tại sao câu chuyện của ông vẫn mang đậm tính hiện đại cho đến ngày nay.

Nhiều người ngày nay không hoàn toàn từ bỏ Cơ Đốc giáo. Họ trì hoãn nó. Họ ngưỡng mộ nó. Họ giữ khoảng cách với nó trong khi vẫn chịu ảnh hưởng sâu sắc bởi những trải nghiệm khiến việc quy phục trở nên không an toàn. Đức tin không bị bác bỏ; nó chỉ bị trì hoãn. Sự vâng phục không bị phủ nhận; nó chỉ được thương lượng.

Phần một mô tả quá trình hình thành tư thế này.

Những chương này không nhằm mục đích thuyết phục bạn. Chúng nhằm mục đích **giúp bạn nhận ra chính mình** .

Bạn chưa cần phải đồng ý hay không đồng ý.
Bạn được yêu cầu chú ý – cách mất mát dạy cho ta sự thận trọng, cách nỗi khát khao khơi dậy ham muốn, cách lý trí đòi hỏi sự trung thực, cách lương tâm từ chối sự im lặng, và cách sự buông xuôi thường mang lại cảm giác thất bại trước khi nó trở thành tự do.

Đây chính là mảnh đất màu mỡ nơi *Cơ Đốc giáo thuần túy* nảy nở.
Và đó cũng là mảnh đất mà nhiều độc giả vẫn đang đứng trên đó.

Trước khi niềm tin trở thành sự vâng phục, quá trình hình thành đã bắt đầu.

Những điều sau đây không phải là sự biện hộ cho niềm tin, cũng không phải là một lộ trình dẫn đến đức tin.

Đó là quá trình truy tìm nguồn gốc hình thành.

Trước khi Cơ Đốc giáo trở thành điều mà C.S. Lewis giải thích cho người khác, nó là điều mà ông chống lại trong chính bản thân mình. Những câu hỏi của ông không nảy sinh một cách ngẫu nhiên; chúng được hình thành bởi sự mất mát, nỗi khát khao, trí tưởng tượng và sự kiên quyết không chịu đầu hàng nếu thiếu đi sự trung thực.

Phần một sẽ đi sâu vào thế giới nội tâm đó.

Những chương này không vội vã đi đến kết luận. Chúng tiến triển chậm rãi, thận trọng, xuyên suốt những lực lượng đã định hình một tâm hồn miễn cưỡng—những lực lượng vẫn đang định hình nhiều cuộc đời ngày nay. Ở đây, niềm tin chưa trở thành sự vâng phục. Đức tin chưa trở nên cá nhân. Nhưng nền tảng đang được chuẩn bị.

Cuộc hành trình bắt đầu khi sự kháng cự vẫn còn có vẻ hợp lý.

CHƯƠNG MỘT

TRƯỚC KHI NIỀM TIN TRỞ THÀNH SỰ VÂNG PHỤC

Làm thế nào một tâm hồn miễn cưỡng được chuẩn bị để đón nhận sự thật

Rất lâu trước khi **C.S. Lewis** trở thành một trong những tiếng nói đáng tin cậy nhất trong tư tưởng Kitô giáo, ông là một cậu bé được định hình bởi nỗi đau buồn, trí tưởng tượng và khát khao không ngừng tìm kiếm ý nghĩa cuộc sống.

Câu chuyện của Lewis không bắt đầu bằng niềm tin.
Nó bắt đầu bằng **sự mất mát** .

Khi còn nhỏ, Lewis đã mất mẹ. Nỗi đau ấy không chỉ đơn thuần là về mặt tinh thần mà còn làm đảo lộn thế giới nội tâm của ông. Cảm giác an toàn biến mất. Niềm tin vững chắc lung lay. Chúa, nếu Ngài thực sự tồn tại, dường như xa vời hoặc không đáng tin cậy. Giống như nhiều người ngày nay phải đối mặt với nỗi đau từ sớm, Lewis đã học cách vượt qua bằng cách hướng vào bên trong – vào sách vở, trí tưởng tượng, và sau này là trí tuệ. Ông đã xây dựng một thế giới nơi ý nghĩa có thể được kiểm soát, nơi lý trí thay thế niềm tin, và nơi khát vọng có thể được gọi tên mà không cần được đáp lại.

Điều này cũng mang lại cảm giác hiện đại.

Nhiều người ngày nay không từ bỏ Cơ Đốc giáo vì họ đã xem xét kỹ lưỡng. Họ rời bỏ nó vì cuộc sống đau thương từ thuở nhỏ, những câu hỏi không được giải đáp, hoặc quyền lực đã làm họ thất vọng. Đức tin không sụp đổ trước những tranh luận—nó âm thầm bị xói mòn dưới sự thất vọng.

Cuộc sống thời thơ ấu đã rèn luyện cho Lewis khả năng tư duy sắc bén nhưng cũng biết tin tưởng một cách thận trọng.

Khi trưởng thành, trí tưởng tượng của ông càng thêm phong phú. Thần thoại, truyền thuyết, thơ ca và những câu chuyện đã khơi dậy trong ông một cảm nhận sâu sắc rằng hiện thực phải có ý nghĩa hơn là chỉ sự sinh tồn và khoái lạc. Ông cảm nhận được rằng vẻ đẹp hướng đến điều gì đó vượt ra ngoài chính nó, rằng khát vọng hé lộ điều gì đó có thật. Tuy nhiên, khi Kitô giáo xuất hiện, ông đã kịch liệt phản đối. Ông không phủ nhận đạo đức. Ông không phủ nhận cái đẹp. Ông chỉ phủ nhận **sự phục tùng** . Nếu Chúa có thật, Ngài sẽ đòi hỏi nhiều hơn những gì Lewis sẵn sàng cho đi.

Vì vậy anh ta đã trì hoãn.

Nhiều độc giả hiện đại nhận ra ngay thái độ này.
Họ tin rằng có "một điều gì đó cao cả hơn", nhưng lại ngần ngại gọi tên nó là Chúa. Họ ngưỡng mộ Chúa Kitô, nhưng lại ngần ngại đi theo Ngài. Họ khao khát ý nghĩa cuộc sống, nhưng lại sợ sự đầu hàng.

Lewis đã sống nhiều năm trong không gian này—điều có thể gọi là **sự kháng cự chân thành** . Ông không giả vờ rằng sự hoài nghi là dễ dàng. Ông thừa nhận rằng luật lệ đạo đức đè nặng lên ông. Ông biết rằng đúng và sai là có thật, ràng buộc, không thể tránh khỏi. Tuy nhiên, ông cũng biết rằng nếu Cơ Đốc giáo là đúng, nó sẽ đòi hỏi không phải sự điều chỉnh, mà là **sự nhượng bộ** .

Sự căng thẳng này—giữa hiểu biết và tuân lệnh—cuối cùng đã định hình nên cốt lõi của **Cơ Đốc giáo thuần túy** .

phẩm "Mere Christianity" không được viết như một tuyên ngôn chiến thắng về niềm tin. Nó được tôi luyện trong ngọn lửa âm ỉ của sự đầu hàng về mặt trí tuệ. Lewis đã tự đẩy mình vào thế khó, nơi sự trung thực đòi hỏi một quyết định. Ông nổi tiếng với câu tự mô tả mình là "người cải đạo miễn cưỡng nhất nước Anh". Sự cải đạo của ông không được đánh dấu bằng sự hưng phấn cảm xúc, mà bằng sự sụp đổ âm thầm của sự kháng cự.

Điều đó cũng phản ánh thời đại của chúng ta.

Trong một thế giới tràn ngập thông tin, niềm tin thường đến dễ dàng. Sự vâng phục thì không. Chúng ta tích lũy các bài giảng, podcast, sách và trích dẫn, nhưng vẫn kỳ lạ thay không thay đổi. Chúng ta thương lượng với Chúa Kitô thay vì quỳ gối trước Ngài. Lewis đã nhận ra đây là vấn đề cốt lõi của thời hiện đại—không phải sự thiếu hiểu biết, mà là **sự đầu hàng nửa vời** .

Khái niệm "Kitô giáo thuần túy" xuất hiện khi Lewis cố gắng giải thích những gì chính ông đang học hỏi: rằng Kitô giáo không phải là trở thành người tốt hơn, mà là trở thành những con người mới. Không phải là quản lý hành vi, mà là trải qua sự biến đổi. Không phải là thêm Chúa vào cuộc sống của chúng ta, mà là cho phép Chúa sắp xếp lại mọi thứ.

Cuộc đời thời trẻ của ông—được đánh dấu bởi nỗi đau buồn, trí tưởng tượng, lòng kiêu hãnh trí tuệ và sự nhượng bộ miễn cưỡng—đã mang đến cho ông một giọng nói độc đáo. Ông có thể nói chuyện với những người hoài nghi mà không hề khinh miệt và với những người tin tưởng mà không hề nịnh hót. Ông hiểu được tâm hồn hiện đại bởi vì ông đã từng sống trong đó.

Vì vậy, khi Lewis viết về lòng kiêu hãnh, ông không phải đang lý thuyết hóa.
Khi ông viết về đạo đức, ông không phải đang trừu tượng hóa. Khi ông viết về Chúa Kitô, ông đang mô tả một Đấng đã làm đảo lộn thế giới nội tâm được sắp xếp cẩn thận của ông.

Sức mạnh trường tồn của cuốn *sách "Cơ Đốc giáo thuần túy"* nằm ở chỗ: nó không cho phép người đọc chỉ đứng ngoài quan sát. Cuốn sách âm thầm khẳng định rằng nếu Cơ Đốc giáo là chân lý, thì thái độ trung lập là không thể. Người ta phải hoặc chống lại Chúa Kitô hoặc tuân phục Ngài.

Đây là lý do tại sao tác phẩm của Lewis tiếp tục vượt qua các thế hệ, nền văn hóa và giáo phái. Ông không chỉ thu hút những người thuộc giới tôn giáo thuần túy. Ông nói chuyện với những người do dự, những người suy tư, những người bị tổn thương và những người âm thầm bất an. Ông viết cho những người cảm nhận rằng niềm tin mà không đi kèm với sự biến đổi thì trống rỗng—và sự biến đổi mà không có sự buông bỏ là điều không thể.

Hành trình này bắt đầu từ chính nơi mà Lewis từng đứng: giữa sự ngưỡng mộ và sự vâng phục, giữa sự thấu hiểu và sự khuất phục, giữa một cuộc sống tự định hướng và một cuộc sống hướng về Chúa Kitô.

Bạn không được yêu cầu phải đồng ý với Lewis.
Bạn được mời xem xét những câu hỏi nội tâm tương tự đã định hình nên ông – và nhận ra những câu hỏi đó đã hiện hữu trong chính bạn như thế nào.

Những chương tiếp theo sẽ không vội vã,
cũng không làm bạn choáng ngợp, nhưng chắc chắn sẽ để lại trong bạn những cảm xúc sâu lắng.

Hiện tại, chỉ cần nhận ra điều này:
trước khi đức tin trở thành hành động, nó phải trở nên mang **tính cá nhân** .

Hành trình không bắt đầu bằng những câu trả lời.
Nó bắt đầu bằng sự trung thực.

ĐIỂM UỐN

Những câu hỏi để tự kiểm điểm bản thân một cách trung thực

Những câu hỏi này không nhằm mục đích trả lời nhanh chóng.
Mục đích của chúng là để thu hút sự chú ý.

Hãy để họ tập trung vào việc nhận diện bề nổi hơn là giải quyết vấn đề.

1. **Trong câu chuyện của chính bạn, niềm tin đã trở nên phức tạp ở điểm nào—không phải do tranh luận, mà do kinh nghiệm?**
   Những khoảnh khắc nào đã âm thầm định hình lại cảm giác an toàn của bạn đối với niềm tin?
2. **Bạn thấy việc suy nghĩ về đức tin dễ hơn việc tuân phục nó ở những khía cạnh nào?**
   Sự hiểu biết đã thay thế sự quy phục ở những trường hợp nào?
3. **Bạn đồng ý với những chân lý nào nhưng chưa tuân theo?**
   Hãy nêu cụ thể, đừng chung chung.
4. **Cá nhân bạn trì hoãn việc tuân lệnh bằng cách nào?**
   Bằng cách phân tích? Bằng cách xao nhãng? Hay bằng cách trì hoãn những ý định tốt đẹp?
5. **Sự tuân lệnh sẽ khiến bạn phải trả giá như thế nào ngay bây giờ—không phải trên lý thuyết, mà là cụ thể?**
   Bạn cảm thấy quyền kiểm soát, bản sắc hay sự an toàn nào đang bị đe dọa?
6. **Bạn đã bao giờ cảm nhận được rằng Cơ Đốc giáo là chân lý, nhưng lại chống đối nó vì những gì nó có thể đòi hỏi?**
   Hãy thành thật đối diện với sự căng thẳng đó.
7. **Trong những trường hợp nào, sự ngưỡng mộ Chúa Kitô có thể thay thế cho việc vâng phục Ngài?**
   Điều gì nghe có vẻ đáng kính nhưng lại không thể thay đổi?
8. **Nếu không thể giữ thái độ trung lập, điều gì cần thay đổi trong cuộc sống của bạn?**
   Đừng trả lời – chỉ cần chú ý đến những gì xuất hiện.

Hướng dẫn nhẹ nhàng dành cho người đọc

Bạn chưa được yêu cầu di chuyển.
Bạn được yêu cầu *quan sát* .

Trước khi niềm tin trở thành sự vâng lời,
chân lý phải trở nên mang tính cá nhân.

CHƯƠNG HAI

Mất mát, Nỗi khát khao và Sự ra đời của Kháng cự

Khi nỗi đau định hình cách chúng ta tin tưởng

Trước khi niềm tin trở thành vấn đề giáo lý, nó được hình thành bởi kinh nghiệm.

Đối với **C.S. Lewis** , mất mát không chỉ gây ra nỗi đau buồn mà còn âm thầm rèn luyện bản năng của ông. Cái chết của mẹ ông không chỉ để lại một khoảng trống; nó còn đặt ra một câu hỏi sẽ còn ám ảnh ông suốt nhiều năm: *Liệu có điều gì thực sự đáng tin cậy để tồn tại mãi mãi?*

Nỗi đau có cách riêng của nó. Nó không phải lúc nào cũng làm chai sạn trái tim ngay lập tức. Thường thì, nó dạy trái tim cách tự bảo vệ mình.

Lewis không phản ứng lại nỗi mất mát bằng cách chối bỏ ý nghĩa. Thay vào đó, ông không ngừng tìm kiếm nó—nhưng theo cách riêng của mình. Ông sớm nhận ra tình cảm mong manh đến nhường nào, sự an ủi dường như không đáng tin cậy ra sao, và sự an toàn có thể tan biến nhanh chóng như thế nào. Và vì vậy, ông bắt đầu xây dựng những bức tường phòng thủ nội tâm—không phải những bức tường cay đắng, mà là những cấu trúc kiểm soát.

Điều này cũng mang đậm tính hiện đại.

Nhiều người ngày nay mang trong mình những vết thương mà họ hiếm khi gọi tên. Những thất vọng thời thơ ấu. Những kỳ vọng không được đáp ứng. Những người có thẩm quyền đã làm họ thất vọng. Những lời cầu nguyện không được đáp lại. Thay vì đối mặt trực tiếp với những mất mát này, họ học cách bù đắp – dựa vào năng lực, sự độc lập, trí tuệ hoặc khả năng tự túc. Niềm tin không bị từ bỏ hoàn toàn; nó được giữ ở một khoảng cách cẩn trọng.

Sự phản kháng của Lewis đối với Chúa không bắt nguồn từ sự thờ ơ. Nó được hình thành bởi sự thận trọng.

Anh khao khát sâu sắc – khao khát vẻ đẹp, niềm vui, một điều gì đó vượt ra ngoài thế giới hữu hình. Nhưng anh lại sợ rằng nếu hoàn toàn tin tưởng, anh sẽ lại phải đối mặt với nguy cơ thất vọng. Nếu Chúa có thật, Ngài sẽ không chỉ ban cho sự an ủi; Ngài sẽ đòi hỏi sự đầu hàng. Và sự đầu hàng khiến anh cảm thấy không an toàn.

Vậy là Lewis đã học cách ngưỡng mộ từ xa.

Nhiều người đã quen thuộc với mô típ này. Chúng ta cho phép sự khao khát tồn tại, nhưng lại kiểm soát phạm vi của nó. Chúng ta thừa nhận ham muốn, nhưng lại từ chối sự dễ tổn thương. Chúng ta nói rằng mình cởi mở với sự thật—miễn là nó không đòi hỏi chúng ta phải từ bỏ sự kiểm soát.

Việc mất mát giúp chúng ta rèn luyện kỹ năng tính toán.

Trí tưởng tượng của Lewis đã cho ông thoáng thấy điều gì đó hơn thế nữa—những khoảnh khắc vui sướng tột cùng, những trải nghiệm thoáng qua về vẻ đẹp gợi ý về một thực tại vượt ra ngoài thế giới vật chất. Nhưng những trải nghiệm này không ngay lập tức dẫn ông đến với Chúa. Thay vào đó, chúng làm sâu sắc thêm sự căng thẳng. Nếu nỗi khao khát ấy hướng đến một điều gì đó có thật, thì chính thực tại có thể đòi hỏi một sự đáp lại.

Và phản hồi đồng nghĩa với rủi ro.

Vì vậy, Lewis đã học cách phân tích nỗi khát khao thay vì tuân theo nó. Ông đặt tên cho nó. Nghiên cứu nó. Kiềm chế nó. Điều này cho phép ông giữ được sự trung thực về mặt trí tuệ mà không bị phơi bày về mặt cá nhân. Ông có thể khám phá ý nghĩa mà không cần phải quỳ gối trước nó.

Một lần nữa, điều này mang đậm tính thời sự.

Chúng ta sống trong một nền văn hóa khuyến khích sự khám phá mà không cần cam kết. Chúng ta phân tích đức tin, thảo luận về tâm linh và tiếp thu những hiểu biết—nhưng lại chống lại bất cứ điều gì có thể thay đổi cuộc sống của mình. Khao khát được coi là một trải nghiệm cần quản lý, chứ không phải là một tín hiệu cần theo đuổi.

Sự phản kháng của Lewis được hình thành ở đây, trong tư thế thận trọng này: đủ cởi mở để đặt câu hỏi, nhưng đủ khép kín để duy trì quyền kiểm soát.

Nhưng nỗi khát khao lại khó lòng bị kìm nén.

Những ham muốn mà Lewis cố gắng kiềm chế lại trở thành lời nhắc nhở dai dẳng rằng có điều gì đó—hoặc Ai đó—đang đứng ngoài tầm phòng thủ của anh. Mất mát đã rèn luyện anh không tin tưởng vào sự vĩnh cửu, nhưng nỗi khát khao lại khẳng định sự vĩnh cửu vẫn tồn tại. Nỗi đau đã dạy anh phải tự bảo vệ mình, nhưng niềm vui lại cho thấy rằng sự buông xuôi có thể đáng để mạo hiểm.

Cuộc xung đột nội tâm này đã trở thành một trong những mâu thuẫn then chốt định hình cuộc đời ông.

Sau này, Lewis đã viết về khát vọng không phải như một thứ cần được thỏa mãn bằng những thứ thay thế trần tục, mà như một dấu hiệu chỉ dẫn vượt ra ngoài chúng. Tuy nhiên, trước khi có thể diễn đạt được nhận thức này, ông phải đối mặt với những hệ lụy của nó một cách cá nhân. Nỗi khát khao không thể trung lập. Nó đòi hỏi sự giải thích—và cuối cùng, sự đáp trả.

Đối với nhiều độc giả hiện đại, chương này chạm đến một vấn đề nhạy cảm.

Chúng ta có thể không tự nhận mình là người hoài nghi. Thậm chí chúng ta có thể tự nhận mình là người tin tưởng. Tuy nhiên, chúng ta nhận ra bản năng muốn quản lý đức tin một cách cẩn trọng—cho phép niềm tin không bị phơi bày, sự đồng thuận không kèm theo sự dễ tổn thương, sự ngưỡng mộ không kèm theo sự phục tùng. Mất mát dạy

chúng ta sự thận trọng. Nỗi khát khao dạy chúng ta sự bồn chồn. Giữa hai điều đó, sự phản kháng âm thầm bén rễ.
Câu chuyện của Lewis nhắc nhở chúng ta rằng sự kháng cự không phải lúc nào cũng là sự nổi loạn. Đôi khi, đó là sự tự vệ được ngụy trang dưới vỏ bọc của sự khôn ngoan.
Nhưng Kitô giáo không bằng lòng với sự ngưỡng mộ dè dặt. Nếu đúng, nó sẽ nhẹ nhàng nhưng kiên trì tác động vào những rào cản phòng thủ của chúng ta. Nó đặt câu hỏi liệu sự thận trọng của chúng ta đã trở thành sự né tránh hay chưa—và liệu khát vọng của chúng ta có đang thôi thúc chúng ta vượt khỏi tầm kiểm soát hay không.
Chương này không yêu cầu bạn giải quyết sự căng thẳng đó ngay lập tức.
Nó chỉ yêu cầu bạn nhận ra sự căng thẳng đó.
Nỗi nhớ nhung không phải là ngẫu nhiên.
Sự mất mát không phải là vô nghĩa.
Cả hai đều định hình cách chúng ta tiếp cận Chúa.
Trước khi niềm tin biến thành sự phục tùng, những thế lực này cần được gọi tên.
Chỉ khi đó, cuộc hành trình mới có thể tiếp tục một cách trung thực.

ĐIỂM UỐN

Những câu hỏi để quan sát một cách trung thực

Đừng vội vàng trả lời những câu hỏi này.

Chúng chưa cần được trả lời đầy đủ ngay. Một số câu hỏi chỉ cần được nhận biết mà thôi.

1. **Những mất mát hay thất vọng thuở nhỏ nào đã định hình cách bạn học cách tin tưởng—hoặc không tin tưởng—Chúa?**
   Hãy xem xét không chỉ những mất mát lớn lao, mà cả những mất mát thầm lặng: những kỳ vọng không được đáp ứng, những lời cầu nguyện không được hồi đáp, sự mất uy quyền.
2. **Bạn đã học được cách tự bảo vệ mình khỏi sự thất vọng bằng cách giữ vững kiểm soát như thế nào?**
   Sự thận trọng đã dần thay thế sự cởi mở ở những khía cạnh nào?
3. **Bạn cho phép bản thân mình chiêm ngưỡng điều gì từ xa, nhưng lại không muốn hoàn toàn đắm chìm vào đó?**
   Có một hình thức đức tin nào mà bạn thấy đẹp đẽ nhưng lại không an toàn?
4. **Bạn thường phản ứng như thế nào trước nỗi khát khao – khát khao ý nghĩa, chiều sâu hay sự trường tồn?**
   Bạn theo đuổi nó, phân tích nó, tìm cách xao nhãng bản thân khỏi nó, hay kìm nén nó?
5. **Trong những trường hợp nào, việc tự bảo vệ bản thân có thể được ngụy trang dưới danh nghĩa sự khôn ngoan hay trưởng thành?**
   Điều gì tưởng chừng "hợp lý" nhưng thực chất lại là sự né tránh?
6. **Nếu nỗi khát khao không phải là ngẫu nhiên, thì nó có thể đang hướng đến điều gì trong cuộc sống của bạn hiện tại?**
   Làm thế nào để coi trọng tín hiệu đó?

7. **Điều gì khiến bạn cảm thấy rủi ro nhất khi đầu hàng—không phải trên lý thuyết, mà là trong thực tế?**
   Bạn sợ mình sẽ mất gì?
8. **Đã bao giờ bạn trì hoãn việc tuân lệnh không phải vì bạn không đồng ý với lẽ thật, mà vì cảm thấy không an toàn khi nhượng bộ?**
   Hãy suy ngẫm về sự khác biệt đó.

Hướng dẫn nhẹ nhàng dành cho người đọc

Bạn không cần phải giải quyết những câu hỏi này ngay bây giờ.
Chỉ cần để chúng được nêu lên một cách trung thực.
Nỗi khát khao và sự phản kháng thường song hành cùng nhau.
Gọi tên chúng là hành động đầu tiên thể hiện sự thật.

CHƯƠNG BA

Trí tưởng tượng không đầu hàng

Khi vẻ đẹp khơi dậy dục vọng nhưng không dẫn đến sự phục tùng

Đối với **C.S. Lewis** , trí tưởng tượng không phải là sự trốn tránh thực tại mà là sự thức tỉnh trước thực tại.

Rất lâu trước khi tin vào Chúa, Lewis đã tin vào ý nghĩa cuộc sống. Cái đẹp lay động ông. Câu chuyện khuấy động tâm hồn ông. Thần thoại mở ra những cánh cửa mà trí tuệ đơn thuần không thể mở tới. Qua thơ ca, truyền thuyết và những câu chuyện cổ tích, ông cảm nhận được rằng hiện thực mang một sức nặng vượt xa sự sinh tồn và khoái lạc. Có một điều gì đó *hơn thế nữa* — một điều gì đó bền bỉ, rực rỡ và luôn nằm ngoài tầm với.

Trí tưởng tượng đã dạy Lewis biết khao khát.

Tuy nhiên, chỉ riêng trí tưởng tượng thôi thì không thể dạy anh ta cách nhường nhịn.

Những trải nghiệm đầu tiên của Lewis về cái đẹp đã tạo ra những khoảnh khắc khao khát mãnh liệt—điều mà sau này ông gọi là *niềm vui* . Những khoảnh khắc này không được thỏa mãn bởi những đối tượng đã khơi gợi chúng. Một câu thơ, một câu chuyện, một ký ức về thiên nhiên—mỗi thứ đều đánh thức nỗi khát khao, rồi lại phai nhạt, để lại một nỗi nhức nhối. Trải nghiệm ấy không thể nhầm lẫn, nhưng ý nghĩa của nó vẫn chưa được giải đáp.

Ông đã học được một điều vô cùng quan trọng ngay từ sớm: ham muốn có thể được khơi dậy mà không cần phải được thỏa mãn.

Khám phá này đã ảnh hưởng sâu sắc đến ông.

Thay vì dẫn dắt ông ngay lập tức đến với Chúa, trí tưởng tượng trở thành không gian nơi Lewis có thể trải nghiệm sự siêu việt mà không cần ràng buộc. Ông có thể khám phá điều kỳ diệu mà không cần đầu hàng, vẻ đẹp mà không cần tuân phục, khát vọng mà không cần trung thành. Trí tưởng tượng cho phép ông giữ tâm hồn cởi mở mà không trở nên dễ bị tổn thương.

Tư thế này không phải là hiếm gặp.

Ngày nay, nhiều người vô cùng xúc động trước cái đẹp—âm nhạc, nghệ thuật, câu chuyện, công lý, thậm chí cả tâm linh—nhưng lại né tránh việc gọi tên nguồn gốc của nó. Họ trải nghiệm nỗi khát khao nhưng lại tránh né những hệ lụy của nó. Họ để trí tưởng tượng khuấy động tâm hồn trong khi vẫn giữ vững ý chí kiểm soát.

Trí tưởng tượng trở thành một điểm cân bằng an toàn.

Trí tuệ của Lewis đã phân tích những trải nghiệm này một cách cẩn trọng. Ông nghiên cứu ham muốn thay vì chạy theo nó. Ông xem xét nỗi khát khao thay vì khuất phục trước những gì nó gợi ý. Điều này cho phép ông giữ được sự trung thực về những trải nghiệm của mình trong khi trì hoãn những đòi hỏi của chúng.

Nhưng trí tưởng tượng, một khi đã được đánh thức, sẽ không thể giữ thái độ trung lập.

Chính vẻ đẹp mà Lewis bắt gặp đã bắt đầu làm ông băn khoăn. Nếu khát vọng không phải là ngẫu nhiên—nếu nó hướng đến những điều vượt ra ngoài thế giới vật chất—thì bản thân hiện thực có thể được cấu trúc hướng tới một điều gì đó vĩ đại hơn. Và nếu điều đó là sự thật, thì trí tưởng tượng không chỉ đơn thuần là tô điểm. Nó mang tính chẩn đoán.

Nó đang chỉ.

Lewis bắt đầu cảm nhận rằng những khát vọng sâu sắc nhất của anh không thể được thỏa mãn bởi những thứ đã khơi dậy chúng. Chúng chỉ là những biển chỉ dẫn, chứ không phải là đích đến. Tuy nhiên, để đi theo những biển chỉ dẫn đó, anh cần nhiều hơn là trí tưởng tượng. Anh cần phải buông bỏ.

Và việc đầu hàng vẫn mang lại cảm giác tốn kém.

Vì vậy, Lewis dừng lại trong sự ngưỡng mộ. Ông để cho vẻ đẹp dẫn dắt cảm xúc của mình trong khi vẫn chống lại quyền lực tối cao của nó đối với cuộc sống. Ông trân trọng sức hút của sự siêu việt mà không khuất phục trước nó. Trí tưởng tượng cho ông ngôn ngữ để diễn tả nỗi khát khao, nhưng không cho ông dũng khí để tuân phục.

Sự căng thẳng này—giữa việc nhìn nhận và việc khuất phục—cũng âm thầm len lỏi trong đức tin hiện đại.

Nhiều người ngày nay cảm động trước vẻ đẹp của Kitô giáo nhưng lại do dự trước những đòi hỏi của nó. Họ ngưỡng mộ giáo huấn của Chúa Kitô, đồng cảm với câu chuyện cứu chuộc và bị thu hút bởi viễn cảnh về một cuộc sống được biến đổi—nhưng lại phản đối tuyên bố rằng vẻ đẹp này đòi hỏi sự định hướng lại bản thân.

Trí tưởng tượng khơi dậy khát vọng.

Sự vâng lời đòi hỏi quyết định.

Hành trình của Lewis nhắc nhở chúng ta rằng trí tưởng tượng là một món quà, nhưng nó không phải là điểm kết thúc. Nó có thể chuẩn bị tâm hồn, nhưng không thể hoàn thành công việc. Cái đẹp có thể dẫn dắt chúng ta đến với chân lý, nhưng không thể ép buộc chúng ta quỳ gối.

Cuối cùng, Lewis nhận ra rằng trí tưởng tượng không hề đánh lừa ông—nhưng nó tự nó thì không đủ. Nỗi khát khao không phải để bị kìm nén mãi mãi. Nó phải dẫn đến một nơi nào đó.

Chương này không giải quyết được sự căng thẳng đó.

Nó chỉ đơn giản là gọi tên sự căng thẳng đó.

Trước khi niềm tin trở thành sự vâng phục, trí tưởng tượng thường đánh thức tâm hồn.

Nhưng sự quy phục vẫn phải theo sau.

ĐIỂM UỐN

Những câu hỏi để quan sát một cách trung thực

Đừng vội vàng đặt những câu hỏi này.
Hãy để chúng khơi gợi sự nhận thức, chứ không phải câu trả lời.

1. **Những trải nghiệm về vẻ đẹp, câu chuyện hay ý nghĩa nào đã khơi dậy trong bạn khát khao?**
   Khi nào bạn cảm nhận được cảm giác tĩnh lặng rằng cuộc sống hướng đến những điều vượt ra ngoài chính nó?
2. **Bạn thường phản ứng thế nào trước nỗi khát khao đó?**
   Bạn theo đuổi nó, phân tích nó, kìm nén nó, hay tìm cách xao nhãng bản thân khỏi nó?
3. **Trong những trường hợp nào bạn cho phép trí tưởng tượng khơi gợi niềm tin của mình mà không để nó chi phối sự vâng phục?**
   Điều gì mang lại cảm hứng—nhưng vẫn đủ an toàn và giữ khoảng cách?
4. **Có những khía cạnh nào của Cơ Đốc giáo mà bạn thấy đẹp nhưng lại không muốn tuân theo?**
   Hãy thành thật nêu ra chúng.
5. **Sự ngưỡng mộ có thể đóng vai trò thay thế cho lòng trung thành như thế nào?**
   Ranh giới giữa sự trân trọng và cam kết nằm ở đâu?
6. **Nếu nỗi khát khao là một biển chỉ dẫn chứ không phải là đích đến, thì nó có thể đang dẫn bạn đến đâu ngay lúc này?**
   Đừng trả lời – chỉ cần quan sát.

7. **Điều gì gây cảm giác đe dọa nhất khi để vẻ đẹp dẫn đến sự phục tùng?**
Quyền kiểm soát nào có thể bị đe dọa?

Hướng dẫn nhẹ nhàng dành cho người đọc

Trí tưởng tượng không phải là kẻ thù của đức tin.
Nhưng nó cũng không phải là đích đến cuối cùng.
Khao khát chuẩn bị tâm hồn.
Sự buông bỏ chuẩn bị cuộc sống.

CHƯƠNG BỐN

Người vô thần trung thực

Khi sự nghi ngờ không chịu dừng lại ở mức hời hợt

Trước khi **C.S. Lewis** chấp nhận đức tin, ông đã trở thành một người hiếm có hơn cả một người hoài nghi hời hợt—ông đã trở thành một người hoài *nghi chân thành* .

Lewis không từ bỏ Cơ Đốc giáo vì sự tiện lợi, nổi loạn hay thờ ơ. Sự không tin của ông không phải là nhất thời. Nó có nguyên tắc, lý lẽ và kỷ luật. Ông tin rằng nếu chân lý quan trọng, thì sự an ủi giả tạo còn nguy hiểm hơn sự khó chịu. Vì vậy , ông từ chối tin cho đến khi ông tin chắc rằng nó có thể chịu được sự kiểm chứng kỹ lưỡng.

Sự khác biệt này rất quan trọng.

Nhiều nghi ngờ hiện đại rất hời hợt. Chúng né tránh sự cam kết mà không cần phải gánh chịu hậu quả. Nghi ngờ của Lewis thì sâu sắc hơn. Nó đấu tranh, trăn trở suốt đêm, theo đuổi các lập luận đến tận những kết luận khó chịu. Ông không muốn Cơ Đốc giáo là chân lý nếu nó đòi hỏi sự bất trung thực về mặt trí tuệ. Và nếu nó *là* chân lý, ông biết mình không thể xem nhẹ nó.

Quan điểm vô thần của Lewis không được hình thành bởi sự thù địch với cái thiện, mà bởi lòng trung thành với lý trí. Ông tin rằng vũ trụ rốt cuộc là vô cảm—có lẽ đẹp đẽ, nhưng phi cá tính. Ý nghĩa là thứ con người tự tạo ra, chứ không phải thứ họ nhận được. Đạo đức thì hữu ích, nhưng không ràng buộc. Ham muốn là có thật, nhưng đối tượng của nó lại do tưởng tượng. Thế giới quan này cho phép Lewis duy trì sự mạch lạc về mặt trí tuệ trong khi tránh được quyền uy mà Kitô giáo hàm chứa.

Tuy nhiên, tính mạch lạc cũng có giới hạn.

Lewis bắt đầu nhận thấy những vết nứt trong niềm tin hoài nghi của mình—không phải vết nứt về mặt cảm xúc, mà là vết nứt về mặt logic. Nếu vũ trụ thực sự thờ ơ, tại sao nghĩa vụ đạo đức lại cảm thấy không thể tránh khỏi? Tại sao đúng và sai lại đè nặng lên lương tâm với sức mạnh đến vậy? Tại sao sự bất công lại gây ra sự phẫn nộ hơn là chỉ đơn thuần là sự không thích?

Ông nhận thấy mình đang phải bảo vệ những phán xét đạo đức mà thế giới quan của ông không thể hoàn toàn ủng hộ. Điều này khiến ông ấy băn khoăn.

Lewis nhận ra rằng ông đang mượn sự chắc chắn về mặt đạo đức từ một vũ trụ mà chủ nghĩa vô thần của ông không thể giải thích được. Ông sống như thể một số điều thực sự sai trái—không chỉ đơn thuần là bất tiện hay bị xã hội phản đối, mà là *sai trái một cách khách quan* . Nhận thức này không thúc đẩy ông hướng tới đức tin ngay lập tức, nhưng nó đã làm lung lay niềm tin của ông vào sự vô tín.

Sự nghi ngờ chân thành thường dẫn đến điều đó.

Thay vì giải quyết nhanh chóng sự căng thẳng này, Lewis đã kiên nhẫn chờ đợi. Ông cho phép sự nghi ngờ tự xem xét. Ông chống lại cám dỗ làm dịu bớt các câu hỏi hoặc chìm đắm trong cảm xúc. Ông đi theo lý trí đến bất cứ nơi nào nó dẫn dắt—ngay cả khi nó chỉ ra những ranh giới vượt ra ngoài phạm vi mà ông mong muốn.

Đây là lý do tại sao Lewis vẫn thu hút độc giả hiện đại đến vậy.

Ông không bác bỏ sự nghi ngờ.

Ông không chế giễu chủ nghĩa hoài nghi. Ông trân trọng những câu hỏi chân thành đồng thời chỉ ra những hạn chế của chúng.

Ngày nay, nhiều người đồng cảm sâu sắc với quan điểm này. Họ muốn một đức tin tôn trọng lý trí. Họ từ chối niềm tin đòi hỏi những lối tắt về mặt trí tuệ. Tuy nhiên, họ cũng cảm nhận được rằng sự nghi ngờ, nếu không được kiểm soát, có thể trở thành nơi ẩn náu – nơi mà trách nhiệm bị trì hoãn và sự vâng lời bị bỏ qua.

Câu chuyện của Lewis đã khéo léo nhưng chắc chắn hé lộ khả năng này.

Có sự khác biệt giữa nghi ngờ tìm kiếm sự thật và nghi ngờ tìm cách trì hoãn. Một bên là dũng cảm. Bên kia là phòng thủ. Lewis nhận ra rằng sự hoài nghi của ông, dù chân thành, cũng phải trả giá. Nó cho phép ông tránh khỏi sự đầu hàng, nhưng cuối cùng không thể giải thích được thế giới mà ông đang sống.

Cuối cùng, ông sẽ nhận ra rằng Kitô giáo không hề mâu thuẫn với lý trí—mà ngược lại, nó bổ sung cho lý trí. Nhưng sự nhận thức đó vẫn còn ở phía trước.

Hiện tại, Lewis đang ở trong một tình thế khó xử nhưng đáng kính: không muốn tin một cách dối trá, nhưng cũng ngày càng khó lòng phủ nhận một cách thoải mái.

Chương này không dùng lý lẽ để thuyết phục bạn tin theo. Nó đặt ra một câu hỏi tinh tế hơn.

Câu hỏi đặt ra là liệu những nghi ngờ của bạn có đang thực hiện chức năng mà bạn tin tưởng hay không, hay liệu chúng đã âm thầm trở thành nơi nương náu giúp bạn tránh đưa ra quyết định.

ĐIỂM UỐN

Những câu hỏi để quan sát một cách trung thực

Đừng vội vàng tự bào chữa khi đọc những điều này.
Hãy để chúng xuất hiện một cách lặng lẽ.

1. **Bạn sẽ mô tả những nghi ngờ của mình như thế nào—chúng mang tính tò mò, thận trọng, phòng thủ hay chưa được giải quyết?**
   Chúng mang sắc thái gì?
2. **Bạn đã bao giờ trì hoãn việc tuân lệnh trong khi tự nhủ rằng mình vẫn đang "suy nghĩ kỹ" chưa?**
   Sự trì hoãn đó có thể đang bảo vệ điều gì?
3. **Bạn kỳ vọng Cơ Đốc giáo sẽ đáp ứng những tiêu chuẩn nào của bạn trước khi bạn cân nhắc việc chấp nhận nó?**
   Những tiêu chuẩn đó có hợp lý hay mang tính áp đặt không?
4. **Những nghi ngờ của bạn thúc đẩy bạn hướng tới sự thật, hay chúng cho phép bạn mãi mãi do dự?**
   Hãy thành thật suy ngẫm về sự khác biệt đó.
5. **Bạn có những niềm tin đạo đức nào mà bạn cảm thấy không thể tránh khỏi hoặc ràng buộc?**
   Bạn tin rằng những niềm tin đó đến từ đâu?
6. **Bạn đã bao giờ nhận thấy sự mâu thuẫn giữa những gì bạn nói bạn tin về thực tế và cách bạn sống trong thực tế đó chưa?**
   Sự mâu thuẫn đó tiết lộ điều gì?
7. **Nếu Cơ Đốc giáo là đúng, thì sự nghi ngờ của bạn đang bảo vệ bạn khỏi điều gì ngay lúc này?**
   Đừng trả lời—chỉ cần quan sát.

Hướng dẫn nhẹ nhàng dành cho người đọc

Sự nghi ngờ chính đáng không phải là kẻ thù của đức tin.
Nhưng nó cũng không phải là nơi trú ngụ vĩnh viễn.
Đến một lúc nào đó, sự thật cần được tuân theo chứ không chỉ đơn thuần là được xem xét.

CHƯƠNG NĂM

Luật đạo đức mà chúng ta không thể im lặng

Vì sao đúng và sai không thể thương lượng?

Khi **C.S. Lewis** xem xét kỹ hơn sự hoài nghi của mình, một thực tế vẫn không chịu im lặng: sự hiện diện dai dẳng của *"nên làm"* .

Ông nhận thấy rằng con người không chỉ thích những hành vi nhất định mà còn *mong đợi* chúng. Chúng ta tranh luận như thể sự công bằng là điều quan trọng. Chúng ta bào chữa cho bản thân như thể biết mình đã thiếu sót. Chúng ta lên án sự tàn ác không phải vì nó gây bất tiện, mà vì nó là điều sai trái. Và chúng ta làm điều này một cách bản năng, bất kể nền văn hóa hay hoàn cảnh nào, ngay cả khi im lặng không gây ra tổn thất gì cho chúng ta.

Điều này khiến Lewis lo lắng.

Nếu vũ trụ thực sự thờ ơ, thì nghĩa vụ đạo đức lẽ ra phải là điều tùy chọn. Nhưng thực tế không phải vậy. Đúng và sai đè nặng lên lương tâm với một sức nặng không thể giải thích đơn thuần bằng bản năng hay sự ảnh hưởng của xã hội. Mọi người bất đồng về các chi tiết đạo đức, nhưng họ hiếm khi nhấn mạnh chính sự bất đồng đó. Thay vào đó, họ tranh luận như thể tồn tại một tiêu chuẩn chung – và như thể người khác nên công nhận tiêu chuẩn đó.

Lewis nhận ra sự căng thẳng này ở khắp mọi nơi.

Chúng ta biện minh cho hành vi của mình bằng cách viện dẫn sự công bằng.
Chúng ta tự bào chữa bằng cách giải thích ý định. Chúng ta buộc tội người khác như thể công lý là có thật.
Ngay cả khi chúng ta vi phạm các tiêu chuẩn của chính mình, chúng ta cũng không phủ nhận sự tồn tại của chúng. Chúng ta viện dẫn đến chúng.
Quan sát này sau đó trở thành nền tảng của cuốn **"Mere Christianity"** , nhưng rất lâu trước khi Lewis viết về nó, ông đã trăn trở với những hàm ý của nó trong cuộc sống cá nhân.
Luật đạo đức này bắt nguồn từ đâu?
Nếu đó chỉ đơn thuần là bản năng, tại sao chúng ta lại cảm thấy mình có quyền sửa chữa nó?
Nếu đó chỉ đơn thuần là văn hóa, tại sao chúng ta lại phán xét các nền văn hóa—kể cả văn hóa của chính mình? Nếu đó chỉ đơn thuần là sở thích, tại sao nó lại ràng buộc chúng ta ngay cả khi không thuận tiện?
Lewis bắt đầu nhận ra rằng nghĩa vụ đạo đức không giống một phát minh của con người mà giống một khám phá hơn—một điều được tình cờ gặp phải chứ không phải được tạo ra. Và nếu điều đó là đúng, thì chính bản thân hiện thực có thể mang tính chất đạo đức.
Đây là một suy nghĩ khó chịu.
Một vũ trụ đạo đức hàm chứa trách nhiệm.
Trách nhiệm hàm chứa quyền lực. Quyền lực hàm chứa một Đấng tối cao vượt trên chính chúng ta.
Lewis không vội vàng đi đến kết luận này, nhưng ông không thể phớt lờ những gì lý trí đang chỉ ra. Ông nhận ra rằng chủ nghĩa vô thần của mình giải thích được nhiều điều một cách tinh tế—nhưng không phải lương tâm. Nó có thể mô tả hành vi, nhưng không thể mô tả nghĩa vụ. Nó có thể phân tích ham muốn, nhưng không thể phân tích trách nhiệm.

Luật đạo đức không hề tâng bốc ông ta.
Nó cũng không bào chữa cho ông ta. Nó lên án ông ta.
Đây là lý do tại sao Lewis hiểu rằng đạo đức không mang lại sự an ủi. Nó không chỉ đơn thuần cho chúng ta biết cách sống tốt; nó còn cho thấy chúng ta thiếu sót ở điểm nào. Nó phơi bày khoảng cách giữa những gì chúng ta biết mình nên làm và những gì chúng ta thực sự làm.
Độc giả hiện đại nhận ra ngay sự căng thẳng này.
Chúng ta nói về công lý, sự chính trực và lòng trắc ẩn một cách đầy nhiệt huyết—nhưng lại tự bào chữa khi những tiêu chuẩn đó đòi hỏi sự hy sinh. Chúng ta nhanh chóng nhận ra lỗi lầm của người khác, nhưng lại chậm chạp trong việc thừa nhận lỗi lầm của chính mình. Chúng ta sống như thể chân lý đạo đức tồn tại, nhưng lại chống lại việc hoàn toàn tuân phục nó.
Luật đạo đức hé lộ một điều đáng lo ngại: chúng ta không chỉ mắc sai lầm. Chúng ta còn mâu thuẫn.
Lewis nhận thấy sự mâu thuẫn này không phải là điều thứ yếu đối với đức tin—mà là điều cốt lõi. Cơ đốc giáo không bắt đầu bằng việc nói với mọi người rằng họ tốt như thế nào. Nó bắt đầu bằng việc nói cho họ sự thật: rằng điều gì đó đã sai, và chỉ riêng nỗ lực cá nhân không thể sửa chữa được điều đó.
Như vậy, luật đạo đức không chỉ đơn thuần là một kim chỉ nam về mặt luân lý. Nó còn là một sự chẩn đoán.
Nó cho Lewis biết rằng nhân loại không chỉ đơn thuần là ngu dốt, mà còn xa rời thực tại—không chỉ thiếu thông tin, mà còn lệch lạc. Và nếu chẩn đoán đó chính xác, thì sự cải thiện thôi là chưa đủ. Cần phải có sự chuyển đổi.
Nhận thức này đã đưa Lewis đến gần hơn với Cơ Đốc giáo—nhưng không phải một cách dễ chịu. Luật đạo đức không chỉ hướng về Chúa; nó còn hướng về nhu cầu của chính ông. Nó thách thức sự độc lập của ông. Nó làm lung

lay sự tự mãn của ông. Nó đòi hỏi sự đáp trả, chứ không phải sự ngưỡng mộ.

Tuy nhiên, Lewis vẫn nán lại đây, để cho sức nặng của sự thật này đè nặng lên mình.

Trước khi niềm tin trở thành sự vâng lời, lương tâm cần được coi trọng.

Không thể biện minh.

Không thể che đậy. Không thể bịt miệng.

Luật đạo đức không chịu biến mất bởi vì chúng ta không có quyền bác bỏ nó.

ĐIỂM UỐN

Những câu hỏi để quan sát một cách trung thực

Đừng trả lời những câu hỏi này vội vàng.

Hãy để chúng hé lộ các quy luật hơn là kết luận.

1. **Khi bạn cáo buộc người khác làm điều sai trái, bạn đang dựa vào tiêu chuẩn nào?**
   Bạn tin rằng tiêu chuẩn đó đến từ đâu?
2. **Bạn thường giải thích những thất bại về mặt đạo đức của mình như thế nào?**
   Do cố ý? Do hoàn cảnh? Hay do so sánh?
3. **Có những niềm tin đạo đức nào bạn mong người khác tôn trọng nhưng bản thân lại khó tuân theo?**
   Hãy thành thật đối diện với sự mâu thuẫn đó.
4. **Lương tâm bạn thường hay trách móc bạn về điều gì nhất?**
   Điều đó tiết lộ điều gì về những giá trị mà bạn trân trọng?
5. **Bạn đã bao giờ cảm thấy mình biết điều gì là đúng, nhưng vẫn chống lại nó chưa?**

Sự chống đối đó đã khiến bạn phải trả giá như thế nào?

6. **Nếu nghĩa vụ đạo đức là có thật, thì nó đòi hỏi gì ở bạn ngay lúc này?**
   Đừng hành động vội – chỉ cần quan sát thôi.
7. **Điều gì sẽ thay đổi nếu đúng và sai không thể thương lượng mà là ràng buộc?**
   Điều gì cần được sắp xếp lại?

Hướng dẫn nhẹ nhàng dành cho người đọc

Luật đạo đức không tồn tại để làm chúng ta xấu hổ.
Nó tồn tại để nói lên sự thật.
Trước khi có thể đón nhận ân điển,
ta phải đối diện với sự thật.

CHƯƠNG SÁU

Khi nhượng bộ đồng nghĩa với thất bại

Vì sao sự đầu hàng thường đến sau cùng

Vào thời điểm **C.S. Lewis** đứng trước ngưỡng cửa của niềm tin, vấn đề không còn là vấn đề trí tuệ nữa.

Các lập luận đã thu hẹp lại.

Các lựa chọn thay thế đã giảm đi. Luật đạo đức đã đè nặng quá mạnh đến mức không thể phớt lờ.

Vấn đề còn lại không phải là sự thật, mà là **ý chí** .

Lewis nhận ra rằng sự kháng cự cuối cùng đối với Cơ Đốc giáo không phải là sự hoài nghi—mà là nỗi sợ hãi. Nhượng bộ đồng nghĩa với việc mất đi một điều gì đó. Phục tùng đồng nghĩa với việc từ bỏ quyền kiểm soát. Cơ Đốc giáo, nếu đúng, không chỉ yêu cầu được xem xét. Nó yêu cầu được tuân theo.

Và sự vâng lời lại mang đến cảm giác thất bại.

Đây là khoảnh khắc mà nhiều người không bao giờ gọi tên. Chúng ta thường hình dung sự đầu hàng như một sự giải thoát, nhưng ban đầu hiếm khi cảm thấy như vậy. Nó giống như sự mất mát—mất quyền tự chủ, mất quyền tác giả, mất quyền tự định nghĩa bản thân theo cách riêng của mình.

Lewis không chống lại Chúa vì ông yêu bóng tối; ông chống lại vì ông yêu sự độc lập.

Ông hiểu rằng chỉ niềm tin thôi thì sẽ chẳng thay đổi được gì nhiều. Nhượng bộ mới thay đổi được tất cả.

Thừa nhận sự hiện diện của Chúa là một chuyện.

Phục tùng Ngài lại là chuyện khác.

Lewis cảm nhận rằng Cơ Đốc giáo không chỉ đến để khuyên bảo ông, mà còn để **chiếm đoạt** cuộc sống của ông. Nó không đề nghị hợp tác; nó đòi hỏi sự trung thành. Và sự trung thành có nghĩa là Lewis sẽ không còn là người có quyền quyết định cuối cùng trong cuộc đời mình nữa.

Nhận thức đó đã khiến anh ta chậm lại.

Nhiều độc giả hiện đại nhận ra ngay sự do dự này. Chúng ta có thể chấp nhận chân lý Kitô giáo, đồng ý với các giá trị Kitô giáo, và thậm chí ngưỡng mộ Chúa Kitô—nhưng lại chống lại việc để Ngài có quyền quyết định, thỏa mãn mong muốn, quản lý thời gian hay danh tính của mình. Đức tin có vẻ dễ kiểm soát miễn là nó vẫn mang tính chất khuyên bảo.

Nhưng Kitô giáo không chỉ dừng lại ở vai trò khuyên bảo.

Lewis mô tả sự chuyển đổi của mình không phải là một khoảnh khắc chiến thắng đầy hân hoan, mà là một sự đầu hàng miễn cưỡng. Ông cảm thấy mình bị lôi kéo, bị dồn vào đường cùng, bị truy đuổi—không phải trái với ý muốn của ông, mà là ngoài tầm kiểm soát của ông. Điều cuối cùng chịu thua không phải là lý trí, mà là sự kháng cự.

Việc nhượng bộ khiến anh cảm thấy như một thất bại vì nó buộc anh phải thừa nhận rằng mình không tự lập, không phải là người chủ quyền, không phải là người tự lập.

Thế nhưng, thất bại này sau đó lại hóa ra là sự tự do.

Nhưng chưa phải lúc này.

Ở giai đoạn này của cuộc hành trình, Lewis nán lại ở rìa. Ông biết rằng một khi vượt qua ranh giới đó, sự trung lập sẽ biến mất. Ông không thể tiếp tục quan sát Cơ Đốc giáo từ một khoảng cách an toàn nữa. Ông sẽ phải sống trong đó.

Sự do dự này là bản chất rất con người.

Chúng ta trì hoãn không phải vì không biết đủ, mà vì biết đủ để sợ hãi. Sự đầu hàng phơi bày bản chất thật của chúng ta. Nó đối mặt với những vỏ bọc mà chúng ta đã cẩn trọng xây dựng. Nó đòi hỏi sự tin tưởng ở nơi mà chúng ta đã học cách bảo vệ.

Sự phản kháng của Lewis nhắc nhở chúng ta rằng sự đầu hàng không chỉ đơn thuần là vấn đề cảm xúc mà còn là vấn đề hiện sinh. Nó định nghĩa lại ai là người nắm quyền kiểm soát cuộc sống của chúng ta. Và quyền lực, một khi đã nhường lại, không thể giành lại mà không phải gánh chịu hậu quả.

Chương này chưa ca ngợi sự đầu hàng.

Nó nói lên sự thật về cái giá phải trả.

Trước khi niềm tin trở thành sự vâng phục, chúng ta phải đối mặt với những gì mà sự vâng phục đòi hỏi.

Việc nhượng bộ thường mang lại cảm giác thất bại
vì nó chấm dứt sự thống trị của bản ngã.

ĐIỂM UỐN

Những câu hỏi để quan sát một cách trung thực

Đừng trả lời một cách phòng thủ.

Hãy để những câu hỏi này nêu bật những gì là sự thật.

1. **Điều gì khiến bạn cảm thấy tốn kém nhất khi giao phó quyền kiểm soát cuộc đời mình cho Chúa?**
   Hãy nêu cụ thể.
2. **Bạn thích Cơ Đốc giáo đưa ra lời khuyên hơn là mệnh lệnh trong những trường hợp nào?**
   Những lĩnh vực nào trong cuộc sống mà bạn cảm thấy bị cấm?

3. **Bạn đã bao giờ trì hoãn việc tuân lệnh không phải vì nghi ngờ sự thật, mà vì việc nhượng bộ khiến bạn cảm thấy như mất mát?**
   Bạn đang bảo vệ điều gì?
4. **Bạn hiện đang chống lại việc nhường lại quyền lực nào—về thời gian, quyết định, mối quan hệ hay bản sắc?**
   Hãy đối diện với sự chống đối đó.
5. **Bạn có liên tưởng sự đầu hàng với thất bại hơn là với tự do không?**
   Tại sao bạn lại nghĩ như vậy?
6. **Nếu thái độ trung lập không còn là một lựa chọn, điều đầu tiên bạn sẽ thay đổi trong cuộc sống là gì?**
   Đừng hành động—chỉ cần quan sát.
7. **Bạn sẽ phải hy sinh phiên bản nào của chính mình để sự vâng lời bắt đầu?**
   Hãy để câu hỏi đó vẫn còn bỏ ngỏ.

Hướng dẫn nhẹ nhàng dành cho người đọc
Sự đầu hàng hiếm khi kịch tính.
Nó thường diễn ra lặng lẽ, miễn cưỡng và tốn kém.
Nhưng nó không bao giờ vô nghĩa.

GIỚI THIỆU PHẦN HAI

TẠI SAO ĐẠO THIÊN CHÚA GIÁO VẪN QUAN TRỌNG

Chân lý không chịu dừng lại ở lý thuyết

Đến một lúc nào đó, sự suy ngẫm nhường chỗ cho sự tính toán.

Phần hai của cuốn sách này bắt đầu từ điểm kết thúc của sự trung lập.

Tác phẩm "Cơ Đốc giáo thuần túy" không được viết ra để khơi gợi sự đồng thuận mơ hồ hay sự ngưỡng mộ về mặt trí tuệ. Nó được viết ra để đối mặt với một vấn đề cụ thể: một thế giới cảm nhận được nghĩa vụ đạo đức nhưng lại chống lại quyền uy đạo đức; một dân tộc nói về điều đúng và sai nhưng lại sống như thể chân lý có thể thương lượng; những tín đồ đồng ý với Cơ Đốc giáo nhưng không cho phép nó thay đổi họ.

C.S. Lewis viết cuốn *"Cơ Đốc giáo thuần túy"* sau khi ông đã bị chân lý dồn vào đường cùng. Điều còn lại không phải là lời giải thích, mà là sự vâng phục. Cuốn sách không hỏi liệu Cơ Đốc giáo có thú vị hay không. Nó hỏi liệu nó có **đúng hay không** — và nếu đúng, thì điều gì phải theo sau.

Phần này tập trung giải đáp câu hỏi đó một cách có chủ đích.

Các chương tiếp theo không tóm tắt *cuốn "Cơ Đốc giáo thuần túy"* . Chúng theo dõi **những điểm yếu của cuốn** sách — những nơi mà niềm tin trở nên khó chịu, nơi lòng kiêu hãnh bị phơi bày, nơi quyền tự chủ bị thách thức và nơi sự biến đổi trở nên không thể tránh khỏi.

Lewis không hề làm dịu nhẹ những khoảnh khắc này..

Và cuốn sách này cũng vậy.

Ở đây, Kitô giáo không còn là thứ để đánh giá mà bắt đầu đòi hỏi một phản hồi. Luật đạo đức không còn trừu tượng. Lòng kiêu hãnh không còn mang tính lý thuyết. Đức tin không còn là chuyện riêng tư. Chúa Kitô không còn chỉ đơn thuần là đối tượng được ngưỡng mộ.

Phần hai sẽ chuẩn bị cho bạn cuộc hành trình phía trước bằng cách làm rõ những gì đang bị đe dọa.

Nếu Kitô giáo là chân lý, nó không đến để cải thiện hành vi của chúng ta.

Nó đến để thay đổi bản thân chúng ta .

Các chương trong phần này nhằm mục đích thu hẹp khoảng cách giữa hiểu biết và hành động—giữa sự thấu hiểu và việc sống. Chúng chuẩn bị nền tảng cho một hành trình 40 ngày không chỉ yêu cầu bạn suy nghĩ về đức tin, mà còn thực hành nó.

Bản thân Cơ Đốc giáo vẫn quan trọng vì vấn đề mà nó đề cập đến vẫn không thay đổi.

Niềm tin thì phổ biến.

Sự vâng lời thì hiếm hoi.

Phần này tồn tại để làm cho sự khác biệt đó không thể bị phớt lờ.

Đến một lúc nào đó, sự suy ngẫm nhường chỗ cho sự tính toán.

Những câu hỏi được nêu ra trong các chương trước không thể chỉ dừng lại ở lý thuyết. Nỗi mất mát đã được gọi tên. Nỗi khát khao đã được khơi dậy. Sự nghi ngờ đã được xem xét. Lương tâm đã lên tiếng. Sự phản kháng đã bị phơi bày. Điều còn lại không phải là sự tò mò, mà là quyết định.

Các chương tiếp theo sẽ trực tiếp đề cập đến *Cơ Đốc giáo thuần túy* — không phải như một cuốn sách cần được tóm tắt, mà như một chân lý cần được đáp lại. Ở đây, niềm tin không còn được quan sát từ xa nữa. Nó được đối diện. Được thử thách. Và được yêu cầu phải chuyển từ sự đồng ý sang sự vâng phục.

Đây là lúc tính trung lập bắt đầu biến mất.

CHƯƠNG BẢY

Không phải một cuốn sách, mà là một sự tính toán.

Vì sao chân lý không chịu chỉ dừng lại ở lý thuyết

Khi **C.S. Lewis** cuối cùng hướng về Cơ Đốc giáo, ông không làm vậy với tư cách là người tìm kiếm sự an ủi. Ông làm vậy với tư cách là người bị chân lý dồn vào đường cùng. *"Mere Christianity"* không được viết ra để thắng tranh luận hay gây ấn tượng. Nó được viết ra vì Lewis nhận ra rằng niềm tin, một khi đã chân thành, không thể giữ thái độ trung lập. Cuốn sách tồn tại bởi vì những câu hỏi mà Lewis tự đặt ra cứ đeo bám ông – và bởi vì ông nhận ra rằng những câu hỏi đó cũng đè nặng lên những người khác một cách mạnh mẽ không kém.

Về bản chất, *"Cơ Đốc giáo thuần túy"* đề cập đến một vấn đề mang đậm tính hiện đại: những người cảm nhận được nghĩa vụ đạo đức, nói về điều đúng và sai, ngưỡng mộ Chúa Kitô, nhưng lại chống lại quyền uy mà niềm tin đó hàm chứa. Lewis nhận thấy rằng nhiều người sẵn sàng chấp nhận các ý tưởng Cơ Đốc giáo miễn là những ý tưởng đó không làm thay đổi hoàn toàn cuộc sống.

Tư thế đó khiến ông ấy lo lắng.

Lewis hiểu rằng Kitô giáo không tự coi mình là một lựa chọn trong số nhiều triết lý. Nó tự thể hiện mình như một tuyên bố về hiện thực—một tuyên bố mà nếu đúng, sẽ đòi hỏi sự phản hồi. Niềm tin mà ông từng phản đối và cuối cùng chấp nhận không phải để tinh chỉnh sở thích; mà là để đối diện với chính bản thân mình.

Đây là lý do tại sao *cuốn "Mere Christianity"* khác biệt so với các sách Cơ Đốc giáo khác. Nó không tâng bốc người đọc. Nó không mời gọi sự đồng thuận mà không có hậu quả. Nó tiến triển đều đặn, gần như không ngừng nghỉ, từ sự nhận thức đến sự hàm ý.

Lewis bắt đầu từ điểm khó duy trì sự phản kháng nhất: từ kinh nghiệm chung của con người về nghĩa vụ đạo đức. Từ đó, ông tiếp tục tiến lên – không phải để chỉ trích, mà để làm rõ vấn đề. Nếu chúng ta biết mình nên làm gì mà lại không làm, thì có điều gì đó không ổn. Và nếu có điều gì đó không ổn ở cấp độ bản thân, thì chỉ cải thiện thôi sẽ không đủ.

Lewis khẳng định, Kitô giáo không phải là về việc trở thành những người tốt hơn một chút, mà là về việc trở thành những người khác biệt.

Chính sự nhấn mạnh này là lý do tại sao cuốn *"Mere Christianity"* vẫn khiến độc giả băn khoăn nhiều thập kỷ sau đó. Nó không cho phép phân chia rành mạch. Đức tin không thể là chuyện riêng tư. Niềm tin không thể chỉ là hình thức bề ngoài. Chúa Kitô không thể chỉ là lời khuyên.

Sức mạnh của cuốn sách không nằm ở sự phức tạp, mà ở tính tất yếu của nó. Lewis không vội vàng. Ông lập luận một cách kiên nhẫn. Ông cho phép những phản bác xuất hiện. Tuy nhiên, từng bước một, ông loại bỏ nơi trú ẩn của sự trung lập. Đến khi người đọc tiếp cận được những luận điểm trung tâm của Cơ đốc giáo, câu hỏi không còn là " *Điều này có thú vị không?"* mà là "Điều này *có đúng không?" - và nếu đúng, thì điều gì sẽ xảy ra tiếp theo?*

Đây là lý do tại sao *Cơ Đốc giáo thuần túy* không thể được coi là một văn bản đơn thuần để nghiên cứu.

Đây là một sự tính toán.

Lewis hiểu điều này bởi vì đó là một sự tính toán khó khăn đối với chính ông. Ông không viết từ vị thế cao hơn, mà từ kinh nghiệm. Những chân lý ông trình bày là những chân lý đã làm lung lay sự độc lập của ông, đối đầu với lòng kiêu hãnh của ông và đòi hỏi sự phục tùng của ông.
Và vì vậy , Phần Hai của cuốn sách này cố ý hướng đến sự đối đầu đó.
Các chương tiếp theo không tóm tắt cuốn *"Cơ Đốc giáo thuần túy"* . Chúng theo dõi áp lực mà cuốn sách tạo ra—cách nó vạch trần sự kiêu ngạo, định nghĩa lại tự do, thách thức quyền tự trị và kêu gọi sự chuyển đổi vừa tốn kém vừa cần thiết.
Nếu Phần Một cho thấy cách một linh hồn được chuẩn bị, thì
Phần Hai đặt ra câu hỏi: giờ phải làm gì?
Đây là lúc niềm tin bắt đầu mất đi sự ngây thơ.
Và sự phục tùng bắt đầu hình thành.

ĐIỂM UỐN

Những câu hỏi để quan sát một cách trung thực

Đừng vội vàng trả lời những câu hỏi này.
Hãy để họ làm rõ vấn đề cốt lõi.

1. **Bạn thường mong đợi sách Cơ Đốc giáo mang lại cho bạn điều gì—sự an ủi, sự sáng tỏ, nguồn cảm hứng hay sự thay đổi?**
   Trong số đó, điều nào bạn âm thầm chống lại?
2. **Bạn đã bao giờ đồng ý với chân lý Cơ Đốc giáo nhưng lại phản đối những tác động của nó đối với cuộc sống của mình chưa?**
   Sự mâu thuẫn đó thể hiện ở đâu?
3. **Bạn dã để niềm tin của mình bị tách biệt hoặc giữ kín theo những cách nào?**

Những lĩnh vực nào trong cuộc sống bạn cảm thấy không bị ảnh hưởng bởi đức tin?

4. **Bạn hy vọng Kitô giáo sẽ *không* đòi hỏi điều gì ở bạn?**

   Hãy thành thật suy ngẫm về niềm hy vọng đó.

5. **Bạn cảm thấy thoải mái hơn khi thảo luận về đức tin hơn là thực hành sự vâng lời phải không?**

   Tại sao bạn lại nghĩ như vậy?

6. **Nếu Cơ Đốc giáo là chân lý, thì phần nào trong cuộc sống của bạn không thể giữ thái độ trung lập nữa?**

   Đừng hành động—chỉ cần quan sát.

7. **Sẽ ra sao nếu niềm tin trở nên tốn kém thay vì thuận tiện?**

   Hãy để câu hỏi đó đọng lại.

Hướng dẫn nhẹ nhàng dành cho người đọc

Chân lý không cần được ngưỡng mộ.
Chân lý cần được tuân theo.
Chương này không yêu cầu phản hồi ngay lập tức.
Nó chỉ làm rõ lý do tại sao phản hồi cuối cùng sẽ là điều không thể tránh khỏi.

CHƯƠNG TÁM

Vấn đề không nằm ở hành vi, mà là ở bản ngã.

Vì sao Cơ Đốc giáo không bắt đầu bằng sự cải thiện

Một trong những khám phá đáng lo ngại nhất mà **CS Lewis** đưa ra trong cuốn *"Cơ Đốc giáo thuần túy* " là:
vấn đề cốt lõi mà Cơ Đốc giáo đề cập không phải là những gì chúng ta *làm* , mà là ai đang nắm quyền kiểm soát con người chúng *ta* .
Hầu hết mọi người cho rằng tôn giáo tồn tại để giúp chúng ta cư xử tốt hơn, tử tế hơn, kỷ luật hơn và đáng kính hơn. Lewis đã cẩn thận và kiên quyết bác bỏ giả định này. Ông lập luận rằng Kitô giáo không phải là giúp những người xấu cư xử tốt hơn, mà là chuyển hóa những người có bản chất lệch lạc.
Vấn đề không nằm ở hành vi bề ngoài.
Vấn đề là ở **khả năng tự quản** .
Lewis nhận thấy rằng nhiều người sẵn sàng điều chỉnh đạo đức miễn là họ vẫn nắm quyền kiểm soát. Chúng ta sẽ thay đổi thói quen, rèn luyện kỷ luật, và thậm chí hy sinh—miễn là bản ngã vẫn giữ được quyền tối cao. Tuy nhiên, Cơ Đốc giáo không thỏa hiệp với bản ngã. Nó đối đầu với bản ngã. Đây là lý do tại sao Kitô giáo có vẻ quá mức đối với quan niệm hiện đại.
Chúng ta thích sự cải thiện hơn là sự đầu hàng. Chúng ta muốn các kỹ thuật, chứ không phải sự biến đổi. Chúng ta

hỏi Chúa đòi hỏi bao nhiêu, chứ không phải hỏi Chúa phải trở thành người như thế nào đối với chúng ta. Lewis nhận thấy rằng thái độ này hoàn toàn hiểu sai bản chất của đức tin.

Kitô giáo không đến để làm cho chúng ta trở nên tốt bụng hơn.

Kitô giáo đến để biến chúng ta thành **những con người mới** .

Lewis sử dụng hình ảnh một ngôi nhà đang được cải tạo – không phải vá víu, mà là xây dựng lại. Các bức tường không chỉ được sửa chữa; các phòng được tái cấu trúc. Những phần mở rộng bất ngờ được thêm vào. Các cột chịu lực được di chuyển. Quá trình này mang tính đột phá vì kiến trúc sư không quan tâm đến sự thay đổi bề ngoài.

Đây là điểm mà nhiều người phản đối.

Chúng ta thường sẵn lòng để Chúa sửa chữa một số hành vi nhất định trong khi vẫn bảo vệ bản ngã cốt lõi khỏi sự can thiệp. Chúng ta chấp nhận sự hướng dẫn, nhưng lại chống lại quyền uy. Chúng ta chấp nhận sự chỉ dẫn về đạo đức, nhưng không chấp nhận trách nhiệm về mặt đạo đức. Lewis nhận ra rằng đây không phải là Cơ Đốc giáo—mà là sự tự hoàn thiện bản thân bằng ngôn ngữ tôn giáo.

Quan điểm của Kitô giáo còn đi xa hơn: cái tôi khăng khăng muốn kiểm soát chính là thứ cần phải từ bỏ. Lewis lập luận rằng kiêu ngạo không chỉ là một tội lỗi trong số nhiều tội lỗi khác. Nó là điều kiện duy trì sự tồn tại của tất cả các tội lỗi khác. Chừng nào cái tôi còn ngự trị, sự biến đổi vẫn chỉ là một phần.

Điều này thật sự rất khó chịu.

Điều đó có nghĩa là Kitô giáo không giữ nguyên bản ngã . Nó không chỉ khuyên bảo cái tôi; nó thay thế nó. Chúa Kitô không đến để giúp chúng ta điều hành cuộc sống tốt hơn. Ngài đến để **tiếp quản việc điều hành cuộc sống của chúng ta** .

Lewis hiểu điều này một cách sâu sắc. Sự phản kháng của ông đối với đức tin không chủ yếu mang tính trí tuệ mà là mang tính hiện sinh. Trở thành một tín đồ Cơ đốc giáo có nghĩa là từ bỏ quyền tự chủ. Đó là thừa nhận rằng bản thân không đủ tư cách để tự cai trị chính mình.
Đây là lúc niềm tin thường bị chững lại.
Chúng ta đồng ý với chân lý Kitô giáo nhưng lại khéo léo điều chỉnh phạm vi ảnh hưởng của nó. Chúng ta chấp nhận sự tha thứ nhưng lại chống lại sự uốn nắn. Chúng ta muốn ân điển mà không cần sự cai trị. Lewis bác bỏ sự chia rẽ này. Ông khẳng định rằng Kitô giáo hoặc chấp nhận toàn bộ con người – hoặc không chấp nhận gì cả.
Đây là lý do tại sao *cuốn "Mere Christianity"* không đóng vai trò như một lời khích lệ nhẹ nhàng. Nó hướng đến một kết luận mà người đọc không thể tránh khỏi: nếu Chúa Kitô là Chúa, thì cái tôi phải từ bỏ.
Không cải thiện.
Không khuyến cáo.

Bị thay thế làm người cai trị.
Chương này chưa hướng dẫn bạn cách làm điều đó.
Nó chỉ giải thích tại sao sự đầu hàng một phần không thể hiệu quả.
Sự chuyển đổi không bắt đầu bằng việc thay đổi hành vi.
Nó bắt đầu bằng việc thay đổi người nắm quyền.

ĐIỂM UỐN

Những câu hỏi để quan sát một cách trung thực

Đừng trả lời một cách phòng thủ.
Hãy để những câu hỏi này phơi bày thái độ, chứ không phải năng lực thực sự.

1. **Bạn đang tập trung cải thiện hành vi ở khía cạnh nào hơn là nhường quyền kiểm soát?**
   Điều gì bạn cảm thấy an toàn hơn để thay đổi?
2. **Bạn mời gọi sự hướng dẫn của Chúa nhưng lại chống lại quyền năng của Ngài trong những lĩnh vực nào của cuộc sống?**
   Hãy nêu cụ thể.
3. **Bạn phản ứng thế nào trước ý kiến cho rằng Kitô giáo hướng đến việc thay thế nền tự trị chứ không phải cải tiến nó?**
   Những cảm xúc nào nảy sinh?
4. **Bạn cảm thấy bị đe dọa nhất ở khía cạnh nào trong bản sắc của mình trước ý nghĩ đầu hàng?**
   Tại sao bạn nghĩ vậy?
5. **Bạn đánh giá sự phát triển tâm linh dựa trên nỗ lực hay sự hài hòa?**
   Điều đó tiết lộ điều gì về tư thế của bạn?
6. **Khi nào thì lòng kiêu hãnh có thể được ngụy trang dưới vỏ bọc độc lập hoặc trưởng thành?**
   Hãy thành thật suy ngẫm về khả năng đó.
7. **Nếu Chúa Kitô nắm quyền hoàn toàn, thì điều gì sẽ không còn có thể thương lượng được nữa?**
   Đừng hành động—chỉ cần quan sát.

Hướng dẫn nhẹ nhàng dành cho người đọc

Kitô giáo không đòi hỏi sự hợp tác.
Nó đòi hỏi sự quy phục.
Không phải vì Chúa đang kiểm soát,
mà vì sự cai trị chia rẽ không thể hàn gắn một tâm hồn chia rẽ.

CHƯƠNG CHÍN

Ảo tưởng về việc "đủ tốt"

Vì sao sự so sánh âm thầm chống lại ân điển

CS Lewis , một trong những rào cản thầm lặng nhất đối với sự chuyển đổi không phải là sự nổi loạn, mà là sự so sánh.
Trong cuốn *"Mere Christianity" (Kitô giáo thuần túy)* , Lewis liên tục quay trở lại một sự thật đơn giản nhưng đáng lo ngại: đạo đức được đo lường bằng sự so sánh có thể mang lại cảm giác an ủi nhưng lại vô cùng sai lệch. Chừng nào chúng ta còn định nghĩa điều tốt đẹp dựa trên mối quan hệ với người khác, chúng ta có thể cảm thấy thoải mái mà không bao giờ được biến đổi.
So sánh làm giảm bớt tính thuyết phục.
Chúng ta tự trấn an mình rằng mình không bất lương, không tàn nhẫn, không ích kỷ như người khác. Chúng ta đặt ra chuẩn mực về sự đúng đắn trên một thang đo tương đối hơn là một thang đo khách quan. Và bởi vì luôn có người nào đó có vẻ tệ hơn chúng ta, nên tính cấp bách về mặt đạo đức dần phai nhạt.
Lewis nhận ra tư thế này dễ dàng hòa nhập vào đời sống tôn giáo như thế nào.
Những người không bao giờ tự nhận mình hoàn hảo thường âm thầm dựa vào sự gần gũi. Họ đánh giá cuộc sống của mình dựa trên những người cùng trang lứa, văn hóa hoặc những thái cực hơn là dựa trên sự thật. Kết quả là một

lương tâm có thể chấp nhận được—một lương tâm cảm thấy có đạo đức nhưng không bị khuất phục.

Kitô giáo đã phá vỡ sự an ủi này.

Lewis khẳng định rằng Cơ Đốc giáo không hỏi liệu chúng ta có tốt hơn người khác hay không, mà hỏi liệu chúng ta có hòa hợp với Chúa hay không. Tiêu chuẩn không phải là sự cải thiện tương đối; mà là sự thánh thiện. Và sự thánh thiện không cho phép sự so sánh thay thế cho sự biến đổi.

Điều này thực sự đáng lo ngại.

So sánh cho phép chúng ta tiếp tục phán xét. Ân điển loại bỏ hoàn toàn vai trò đó. Khi so sánh chi phối, chúng ta vẫn giữ quyền kiểm soát việc đánh giá. Khi ân điển chi phối, chúng ta bị phơi bày—không phải trước người khác, mà trước chính chân lý.

Lewis hiểu rằng việc bị phơi bày như vậy là không công bằng.

Tại sao một người bề ngoài đứng đắn lại cần đến ân điển như một người bề ngoài đầy khiếm khuyết? Tại sao lòng kiêu hãnh thầm lặng lại phải được đối xử nghiêm túc như một thói xấu lộ liễu? Lewis lập luận rằng câu trả lời nằm ở chỗ vấn đề mà Kitô giáo đề cập không phải là mức *độ* sai trái, mà là *tình trạng* của bản thân người đó.

Sự tốt đẹp tương đối che giấu nhu cầu tuyệt đối.

Ảo tưởng về việc "đủ tốt" trì hoãn sự buông bỏ chính vì nó có vẻ hợp lý. Chúng ta thừa nhận sự không hoàn hảo mà không cảm thấy cần thiết phải hành động ngay lập tức. Chúng ta chấp nhận sự tha thứ mà không thay đổi. Chúng ta nói về ân điển trong khi vẫn bảo vệ những đánh giá về bản thân.

Lewis kiên nhẫn gỡ bỏ ảo tưởng này. Ông không phủ nhận sự khác biệt về đạo đức giữa con người, nhưng ông từ chối để những khác biệt đó trở thành nơi nương náu. Luận điểm của Cơ đốc giáo không phải là mọi tội lỗi đều giống nhau, mà là mọi sự tự trị đều chống lại Chúa.

So sánh giúp giữ cho bản ngã được nguyên vẹn .
Ngược lại, ân điển không cho phép sự tự mãn. Nó không tâng bốc sự tiến bộ; nó khuyến khích sự phụ thuộc. Và sự phụ thuộc là điều khó khăn đối với những người đã học cách tự đánh giá bản thân một cách tích cực.
Đây là lý do tại sao *cuốn "Mere Christianity "* đôi khi mang lại cảm giác sắc bén hơn là khích lệ. Nó không cho phép người đọc an phận với những điều đúng đắn. Nó thúc đẩy đến một kết luận khó chịu: chừng nào chúng ta còn hỏi *"Tôi có tốt hơn người khác không?"* thay vì *"Tôi có hoàn toàn quy phục Chúa không?"* , thì sự biến đổi sẽ vẫn chỉ là một phần.
Lewis không cố gắng ngăn cản nỗ lực đạo đức. Ông đang cố gắng loại bỏ sự tự tin sai lầm. Kitô giáo không hạ thấp mọi người; nó hướng mọi người vào bên trong – hướng tới sự trung thực, khiêm nhường và nhu cầu.
Ảo tưởng về việc "đủ tốt" chỉ tan biến khi sự so sánh mất đi sức mạnh của nó.
Chương này không lên án sự nỗ lực hướng đến đạo đức.
Nó vạch trần sự thoải mái về mặt đạo đức.
Và câu hỏi đặt ra là liệu ân điển được đón nhận như một sự cứu rỗi hay chỉ đơn thuần là sự trấn an.

ĐIỂM UỐN

Những câu hỏi để quan sát một cách trung thực

Hãy để những câu hỏi này làm bạn băn khoăn một cách nhẹ nhàng.
Chúng nhằm mục đích làm rõ tư thế, chứ không phải hiệu suất.

1. **Khi đánh giá đời sống tâm linh của mình, bạn thường so sánh bản thân với ai một cách bản năng?**
   Tại sao lại là những người đó?

2. **Việc so sánh ảnh hưởng như thế nào đến cảm nhận của bạn về nhu cầu được khoan dung?**
   Nó làm tăng tính cấp bách hay làm giảm bớt tính cấp bách đó?
3. **Bạn đã từng chấp nhận sự tha thứ ở đâu mà không để nó thách thức sự tự đánh giá của mình?**
   Hãy đối diện với sự căng thẳng đó.
4. **Bạn có cảm thấy thoải mái khi "không đến nỗi tệ" không?**
   Sự thoải mái đó bảo vệ điều gì?
5. **Bạn phản ứng thế nào trước ý kiến cho rằng đạo đức được đo lường bằng sự so sánh có thể chống lại sự biến đổi?**
   Những cảm xúc nào nảy sinh?
6. **Sự tốt đẹp tương đối có thể đang trì hoãn sự đầu hàng sâu sắc hơn ở điểm nào?**
   Hãy nêu cụ thể.
7. **Nếu loại bỏ sự so sánh, ân điển cần trực tiếp tác động đến điều gì trong bạn?**
   Đừng trả lời—chỉ cần quan sát.

Hướng dẫn nhẹ nhàng dành cho người đọc

Ân điển không đến để trấn an bản ngã.
Nó đến để cứu rỗi bản ngã.
So sánh khiến ta cảm thấy thoải mái.
Lòng khoan dung khiến ta trung thực.

CHƯƠNG MƯỜI

Tính toán cái giá phải trả cho một bản ngã mới

Vì sao sự chuyển đổi cần có sự mất mát trước khi mang lại sự sống?

Khi **C.S. Lewis** đào sâu hơn vào những hàm ý của Cơ Đốc giáo, một thực tế trở nên không thể tránh khỏi: sự biến đổi không phải là sự thêm vào mà là sự loại bỏ trước khi nó mang tính phục hồi.

Kitô giáo không chỉ mang đến cho chúng ta điều gì đó mới mẻ.

Nó còn yêu cầu chúng ta từ bỏ điều gì đó cũ kỹ.

Trong cuốn *"Cơ Đốc giáo thuần túy"* , Lewis khẳng định rõ ràng: trở thành một Cơ Đốc nhân không phải là việc hoàn thiện bản ngã hiện tại. Đó là việc cho phép bản ngã cũ—bản ngã được tổ chức xung quanh quyền tự chủ, kiểm soát và tự biện minh—mất đi quyền lực của nó.

Đây là điểm mà nhiều người còn do dự.

Chúng ta thường bị thu hút bởi những lời hứa của đức tin—bình an, mục đích sống, tha thứ, đổi mới—mà không thực sự tính toán đến cái giá phải trả. Chúng ta muốn sự biến đổi mà không muốn bị thay thế. Chúng ta hy vọng Chúa Kitô sẽ củng cố bản ngã hơn là thay thế sự thống trị của nó. Lewis khẳng định điều này là không thể.

Bản ngã không thể vừa giữ được sự tự chủ vừa được chữa lành cùng một lúc.

Điều này không phải vì Chúa đòi hỏi khắt khe, mà vì sự phân chia quyền lực không thể tạo ra sự trọn vẹn. Một cuộc sống được cai trị một phần bởi Chúa Kitô và một phần bởi sự tự chủ sẽ luôn tồn tại mâu thuẫn nội tại. Sự biến đổi đòi hỏi sự nhất quán, và sự nhất quán đòi hỏi một trung tâm duy nhất.

Lewis hiểu cảm giác bị đe dọa này như thế nào .

Trở nên "mới" nghe có vẻ hấp dẫn trên lý thuyết, nhưng trên thực tế, điều đó có nghĩa là đánh mất những bản sắc quen thuộc. Những khuôn mẫu kiểm soát. Những câu chuyện được quản lý cẩn thận về việc chúng ta là ai và tại sao chúng ta hành xử như vậy. Bản ngã cũ có thể có khuyết điểm, nhưng nó quen thuộc. Bản ngã mới đòi hỏi sự tin tưởng.

Đây là lý do tại sao việc đầu hàng lại có cảm giác tốn kém. Kitô giáo không thỏa hiệp với cái tôi. Nó không hứa sẽ bảo tồn phiên bản mà chúng ta mong muốn về bản thân. Lewis đã nói một câu nổi tiếng rằng Chúa Kitô không đến để cải thiện bản chất cũ; Ngài đến để tiêu diệt nó và ban cho chúng ta một bản chất mới.

Ngôn ngữ này gây khó chịu cho những độc giả hiện đại vốn quen với việc khẳng định bản thân. Chúng ta được dạy phải bảo vệ bản sắc bằng mọi giá. Lewis thách thức giả định đó. Ông cho rằng cái tôi mà chúng ta bảo vệ mãnh liệt nhất thường lại chính là cái tôi đang ngăn cản chúng ta đạt được tự do.

Như vậy, sự mất mát không phải là điều ngẫu nhiên trong quá trình chuyển đổi.

Nó là yếu tố thiết yếu.

Cái giá phải trả không chỉ đơn thuần là về hành vi. Nó mang tính chất hiện sinh. Nó bao gồm việc từ bỏ quyền tự định nghĩa thiện và ác, quyền quyết định hướng đi của cuộc đời mình, quyền được giữ nguyên trạng thái hiện tại mà vẫn cảm thấy mình đúng đắn.

Lewis không hề xem nhẹ cái giá phải trả này. Ông nói thẳng thừng. Kitô giáo sẽ can thiệp. Nó sẽ gây xáo trộn. Nó sẽ phá bỏ những cấu trúc quen thuộc trước khi xây dựng lại bất cứ điều gì bền vững.

Tuy nhiên, Lewis cũng khẳng định rằng những gì đã mất đi không phải là những gì chúng ta vốn dĩ nên giữ lại.

Cái tôi cũ hứa hẹn sự kiểm soát nhưng lại mang đến lo âu. Nó hứa hẹn sự tự chủ nhưng lại tạo ra sự chia rẽ. Nó hứa hẹn sự an toàn nhưng không thể chữa lành.

Điều mà Cơ Đốc giáo mang lại không phải là sự an ủi, mà là sự sống.

Không phải sự tự thể hiện, mà là bản ngã được sắp xếp đúng đắn.

Không phải sự sống còn, mà là sự chuyển hóa.

Chương này không vội vàng trong việc trao đổi thông tin.

Nó chỉ đơn giản là làm rõ các điều khoản.

Trước khi bản ngã mới có thể xuất hiện, bản ngã cũ phải buông bỏ.

Và sự buông bỏ đó sẽ mang lại cảm giác mất mát trước khi mang lại cảm giác tự do.

ĐIỂM UỐN

Những câu hỏi để quan sát một cách trung thực

Hãy để những câu hỏi này nhẹ nhàng làm nổi bật sự phản kháng.

Mục đích của chúng là để nêu ra chi phí, chứ không phải để giải quyết nó.

1. **Bạn sợ mình sẽ mất điều gì nếu Chúa Kitô hoàn toàn thay đổi cuộc đời bạn?**
   Hãy nói thật lòng.

2. **Những khía cạnh nào trong bản sắc của bạn cảm thấy gắn bó mật thiết nhất với sự kiểm soát hoặc định nghĩa bản thân?**
   Tại sao những điều đó lại quan trọng đối với bạn?
3. **Bạn đã bao giờ mong muốn thay đổi nhưng lại chống lại sự xáo trộn chưa?**
   Sự chống đối đó đã bảo toàn được điều gì?
4. **Bạn phản ứng thế nào trước ý kiến cho rằng sự chuyển đổi đòi hỏi con người cũ phải lùi bước?**
   Những cảm xúc nào xuất hiện đầu tiên?
5. **Bạn muốn Chúa Kitô cải thiện hay thay thế lối sống của bạn ở khía cạnh nào?**
   Hãy nêu rõ.
6. **Điều gì mang lại cảm giác an toàn hơn—giữ nguyên những gì quen thuộc hay trở nên trọn vẹn?**
   Hãy đối diện với sự căng thẳng đó.
7. **Nếu mất mát là một phần của con đường cuộc sống, thì điều gì cần được buông bỏ tiếp theo?**
   Đừng hành động—chỉ cần quan sát.

Hướng dẫn nhẹ nhàng dành cho người đọc

Quá trình chuyển đổi không hề dễ dàng.
Nhưng nó có mục đích.
Những gì được nhượng lại không bị phá hủy —
mà chỉ được di dời để nhường chỗ cho sự sống.

CHƯƠNG MƯỜI MỘT

Rủi ro khi để Chúa Kitô sắp xếp lại mọi thứ

Vì sao lòng tin phải có trước sự chuyển đổi

Đến khi **C.S. Lewis** đối mặt với toàn bộ ý nghĩa của Cơ Đốc giáo, vấn đề không còn là liệu sự biến đổi có cần thiết hay không.

Vấn đề là **liệu có thể tin tưởng giao phó việc đó cho Chúa Kitô hay không** .

Trong cuốn *"Cơ Đốc giáo thuần túy"* , Lewis đưa ra một luận điểm vừa hợp lý vừa đáng sợ: nếu Chúa Kitô là Chúa tể, thì không một khía cạnh nào của cuộc sống là không bị ảnh hưởng. Cơ Đốc giáo không chỉ sắp xếp lại từng căn phòng một theo ý muốn của chúng ta. Nó đòi hỏi quyền kiểm soát toàn bộ ngôi nhà.

Đây là lúc lòng tin trở thành vấn đề quyết định.

Lewis hiểu rằng sự đầu hàng không chỉ đơn thuần là mất mát—mà còn là **niềm tin vào Đấng được trao quyền** .

Chúng ta chống lại sự sắp xếp lại không phải vì chúng ta yêu thích sự hỗn loạn, mà vì chúng ta sợ sự sai lệch. Chúng ta lo lắng rằng nếu Chúa Kitô nắm quyền kiểm soát, một điều gì đó thiết yếu sẽ bị mất đi, bị im lặng hoặc bị suy giảm.

Vì vậy chúng ta do dự.

Chúng ta tự hỏi liệu sự vâng lời có xóa bỏ cá tính, kìm nén ham muốn hay làm lu mờ niềm vui hay không. Chúng ta sợ trở nên ít là chính mình hơn là trở nên trọn vẹn hơn. Lewis đã trực tiếp đối mặt với nỗi sợ hãi này. Ông khẳng định rằng Chúa Kitô không đến để phá hủy cá tính, mà để cứu rỗi nó. Ông lập luận rằng cái tôi mà chúng ta bảo vệ mãnh liệt nhất thường lại là cái tôi ít có khả năng trở nên trọn vẹn nhất.

Điều này đòi hỏi một sự thay đổi triệt để trong tư duy.

Tin cậy Chúa Kitô có nghĩa là tin rằng sự sắp đặt của Ngài khôn ngoan hơn sự sắp đặt của chúng ta. Điều đó có nghĩa là cho phép Ngài tác động đến động cơ, tham vọng, mối quan hệ, thói quen và bản sắc mà chúng ta đã cẩn thận vun đắp. Điều đó có nghĩa là thừa nhận rằng bản ngã đã không tự chủ được như mong muốn.

Đây là một tình huống vô cùng dễ bị tổn thương.

Lewis biết rằng yêu cầu về lòng tin tuyệt đối trong Cơ Đốc giáo nghe có vẻ phi lý. Lòng tin một phần thì an toàn hơn. Sự vâng phục có kiểm soát thì dễ quản lý hơn. Nhưng Cơ Đốc giáo không mang đến sự biến đổi có thể kiểm soát được. Nó mang đến sự phục hồi thông qua sự đầu hàng.

Đây là nơi nhiều người bị mắc kẹt.

Chúng ta trì hoãn không phải vì nghi ngờ lòng tốt của Chúa Kitô trên lý thuyết, mà vì không chắc mình có nhận ra chính mình sau khi vâng phục hay không. Chúng ta sợ rằng việc nhượng bộ sẽ khiến mình trở nên nhỏ bé hơn, im lặng hơn, hoặc kém sống động hơn.

Lewis khẳng định điều ngược lại mới đúng.

Nghịch lý cốt lõi của Kitô giáo là bản ngã không bị mất đi khi đầu hàng—mà được tìm thấy. Ý chí buông bỏ không biến mất; nó được chữa lành. Bản sắc nhường bước không bị xóa bỏ; nó được làm rõ hơn.

Nhưng điều này không thể được chứng minh trước.

Niềm tin luôn đi trước kinh nghiệm.

Lewis hiểu rằng không lập luận nào có thể loại bỏ rủi ro này. Kitô giáo không đưa ra những đảm bảo có thể được kiểm chứng trước. Nó đòi hỏi niềm tin bắt nguồn từ chân lý hơn là sự chắc chắn bắt nguồn từ sự kiểm soát.

Đây là ngưỡng cuối cùng trước khi tiến hành hành động.
Không phải là liệu Cơ Đốc giáo có hợp lý hay không.
Không phải là liệu sự biến đổi có cần thiết hay không. Mà là liệu Chúa Kitô có đủ đáng tin cậy để lãnh đạo hay không.
Chương này không đòi hỏi sự tin tưởng ngay lập tức.
Nó đặt câu hỏi liệu sự từ chối tin tưởng đã trở thành rào cản cuối cùng hay chưa.

ĐIỂM UỐN

Những câu hỏi để quan sát một cách trung thực

Hãy để những câu hỏi này khơi gợi nỗi sợ hãi một cách nhẹ nhàng.
Mục đích của chúng là để làm rõ sự tin tưởng, chứ không phải để ép buộc đưa ra quyết định.

1. **Bạn lo sợ điều gì mà Chúa Kitô có thể thay đổi nếu bạn hoàn toàn vâng phục?**
   Hãy nói thật lòng.
2. **Bạn tin tưởng Chúa Kitô về chân lý ở những lĩnh vực nào nhưng không tin tưởng Ngài về quyền kiểm soát?**
   Những lĩnh vực nào vẫn còn cần được bảo vệ?
3. **Bạn hình dung sự vâng lời sẽ ảnh hưởng đến bản sắc của bạn như thế nào?**
   Nhỏ bé hơn? An toàn hơn? Giảm sút? Thay đổi?
4. **Những trải nghiệm nào đã dạy bạn liên hệ sự kiểm soát với sự an toàn?**

Những trải nghiệm đó có thể đang định hình sự phản kháng của bạn như thế nào?

5. **Bạn có tin rằng Chúa Kitô muốn sự trọn vẹn của bạn—hay chỉ đơn thuần là sự tuân phục của bạn?**
   Tại sao sự khác biệt đó lại quan trọng với bạn?
6. **Trong những trường hợp nào, sự ngờ vực có thể được ngụy trang dưới vỏ bọc thận trọng hoặc khôn ngoan?**
   Hãy suy ngẫm về khả năng đó.
7. **Nếu Chúa Kitô thực sự hiểu bạn hơn cả chính bạn hiểu mình, thì việc sắp xếp lại trật tự có thể tạo ra điều gì?**
   Đừng trả lời—chỉ cần quan sát.

Hướng dẫn nhẹ nhàng dành cho người đọc
Lòng tin không thể được kiểm chứng từ xa.
Nó phải được thể hiện qua thực tế.
Kitô giáo không đòi hỏi đức tin mù quáng,
nhưng nó đòi hỏi sự tin tưởng tuyệt đối.

CHƯƠNG MƯỜI HAI

MỘT CUỘC ĐỜI DÀNH CHO TẤT CẢ MỌI NGƯỜI

Từ niềm tin miễn cưỡng đến sự vâng phục tự nguyện
của Augustine
Khi sự sẵn sàng thay thế sự kháng cự

Đến cuối giai đoạn kháng cự lâu dài của **CS Lewis** đối với Cơ Đốc giáo, cuộc đấu tranh đã thu hẹp lại chỉ còn một điểm duy nhất.

Câu hỏi không còn là liệu Cơ Đốc giáo có đúng hay không. Mà là liệu Lewis có sẵn lòng sống như thể nó là sự thật hay không.

Đây là thời điểm mà niềm tin, sau khi đã hoàn thành công tác chuẩn bị, nhường chỗ cho sự vâng phục. Không phải sự vâng phục kịch tính. Không phải sự vâng phục anh hùng. Mà là sự vâng phục *tự nguyện* —sự chấp thuận thầm lặng của ý chí để lùi bước và cho phép Chúa Kitô dẫn dắt.

Sự chuyển đổi đức tin của Lewis không diễn ra trong sự ồn ào. Không có cao trào cảm xúc, không có tuyên bố chiến thắng công khai. Thay vào đó, ông mô tả nó như một sự khuất phục miễn cưỡng, một sự thừa nhận rằng sự kháng cự không thể duy trì một cách trung thực nữa. Ông không bị thuyết phục bằng lời nói mà bị sự thật làm cho mệt mỏi.

Và sự thật đã hoàn thành nhiệm vụ của nó.

Kitô giáo thuần túy nảy sinh từ sự chuyển biến nội tâm này. Nó không được viết bởi người dễ dàng chiến thắng, mà bởi người đã cẩn trọng đầu hàng. Lewis biết từ kinh nghiệm rằng sự vâng phục không thể vội vàng. Nó không thể bị ép buộc. Nó phải xuất phát từ nhận thức rằng thái độ trung lập đã chấm dứt.

Đây là lúc sự chuẩn bị trở nên quan trọng.

Sự sẵn sàng không phải là sự nhiệt tình.

Nó không phải là sự chắc chắn. Nó không phải là sự tự tin vào sức mạnh của bản thân.

Sự sẵn sàng là sự thừa nhận thầm lặng rằng việc tiếp tục như trước đây không còn khả thi nữa.

Lewis đạt đến điểm này khi ông nhận ra rằng niềm tin mà không kèm theo sự vâng phục thì không còn là sự chân thành nữa. Ngưỡng mộ Chúa Kitô trong khi chống lại quyền uy của Ngài là sống trong sự chia rẽ. Trì hoãn việc đầu hàng vô thời hạn là mặc định chọn sự tự trị.

Và vì thế ông ta đã nhượng bộ—không phải vì ông ta cảm thấy mình có quyền lực, mà vì sự kháng cự đã trở nên không thể duy trì được nữa.

Đây là một sự khác biệt quan trọng đối với độc giả hiện đại. Sự vâng lời không bắt đầu khi nỗi sợ hãi biến mất.

Nó bắt đầu khi sự thật trở nên không thể tránh khỏi.

Lewis không bước vào đức tin vì ông cảm thấy mình đã sẵn sàng về mọi mặt. Ông bước vào đức tin vì ông nhận ra rằng cuộc sống mà ông đã cố gắng bảo vệ không còn có thể chống chọi được nữa. Cái giá phải trả cho việc tiếp tục chống cự lớn hơn cái giá phải trả cho việc đầu hàng.

Đây chính là hình ảnh của sự sẵn sàng.

Không phải là không còn nghi ngờ, mà là chấm dứt sự trì hoãn.

Không phải là sự chắc chắn về kết quả, mà là sự rõ ràng về hướng đi. Không phải là sự làm chủ đức tin, mà là sự sẵn lòng để được dẫn dắt.

Chương này hoàn thiện quá trình trải nghiệm bởi vì nó gọi tên những gì đã âm thầm hình thành trong suốt hành trình: sự chuyển biến từ quan sát sang tham gia, từ suy ngẫm sang phản ứng, từ niềm tin như một khái niệm sang sự tuân phục như một hành động thực tiễn.

Bạn chưa phải làm gì cả.

Chưa có nhiệm vụ nào được giao.

Nhưng một điều đã được làm rõ.

Nếu Kitô giáo là chân lý, thì cuộc sống không thể giữ nguyên như cũ.

Nếu Chúa Kitô là Chúa tể, thì bản ngã không thể giữ vững vị trí tối cao. Nếu sự biến đổi là có thể, thì sự trì hoãn trở thành một quyết định.

Những chương tiếp theo—bốn mươi ngày thực hành có chủ đích—không nhằm mục đích gây áp lực cho bạn. Chúng

nhằm mục đích **đồng hành cùng bạn** qua những hành động chậm rãi, bình thường, qua đó sự vâng lời được thể hiện một cách trọn vẹn.
Đây không phải là nơi tác phẩm kết thúc.
Đây là nơi nó được hiện thực hóa.
Bạn không được yêu cầu phải biểu diễn.
Bạn được mời đến để cùng theo dõi.

ĐIỂM UỐN

Những câu hỏi để quan sát một cách trung thực

Hãy để những câu hỏi này được giải đáp.
Chúng nhằm mục đích làm rõ sự sẵn sàng, chứ không phải ép buộc hành động.

1. **Điều gì đã thay đổi trong bạn kể từ khi bắt đầu hành trình này?**
   Không phải về mặt cảm xúc — *mà là về nội tâm* .
2. **Sự kháng cự đã suy yếu ở đâu, dù chỉ một chút?**
   Điều gì không còn cảm thấy vững chắc như trước nữa?
3. **Việc ngừng trì hoãn sự vâng lời trong một lĩnh vực nào đó của cuộc sống sẽ có ý nghĩa như thế nào?**
   Đừng vội quyết định—chỉ cần quan sát.
4. **Làm thế nào để phân biệt giữa thận trọng và trì hoãn?**
   Chúng có thể chồng chéo nhau ở những điểm nào?

5. **Qua quá trình này, bạn đã vượt qua giai đoạn nào trong đức tin của mình?**
   Điều gì không còn phù hợp nữa?
6. **Nếu thái độ trung lập không còn là một lựa chọn, thì tư thế nào cần phải thay đổi trước tiên?**
   Hãy suy ngẫm về điều đó.
7. **"Sự vâng lời tự nguyện" sẽ như thế nào đối với bạn – không cần phải quá kịch tính, mà là trong cuộc sống hàng ngày?**
   Hãy để câu hỏi này mở.

Hướng dẫn nhẹ nhàng dành cho người đọc
Sự vâng lời không bắt đầu bằng sự tự tin.
Nó bắt đầu bằng sự đồng thuận.
Hành trình phía trước không phải là để chứng minh niềm tin.
Mà là để thực hành sự hài hòa.

CHUYỂN TIẾP VÀO HÀNH TRÌNH 40 NGÀY

Những gì tiếp theo không phải là nghiên cứu về ý tưởng, mà là sự hình thành nên cuộc sống.

Bốn mươi ngày tiếp theo được thiết kế không phải để cung cấp thông tin cho bạn, mà để định hình bạn—thông qua Kinh Thánh, suy ngẫm, hành động, cầu nguyện và tự kiểm điểm một cách trung thực. Mỗi ngày đều mời gọi một phản ứng nhỏ, cụ thể, bởi vì sự vâng phục phát triển qua thực hành, chứ không phải qua ý định.

Bạn không bị vội vã đến đây.

Bạn đã được chuẩn bị kỹ lưỡng.

Hành trình giờ đây chuyển từ **sự thấu hiểu** sang **sự hiện thực hóa** .

Và nó bắt đầu một cách lặng lẽ.

Những Thư Tín Sống Động – Chuỗi Bài Giảng 40 Ngày - Bài Học 2 BẮT ĐẦU… >>>>>>

CÁCH SỬ DỤNG CUỐN SÁCH NÀY

Dành cho cá nhân và nhóm

Cuốn sách hướng dẫn tâm linh này không nhằm mục đích tốc độ, số lượng hay tích lũy thông tin.
Nó được thiết kế để **hình thành nhân cách** .

1. SỬ DỤNG CUỐN SÁCH NÀY CHO MỘT CÁ NHÂN

Hành trình này cần được trải nghiệm một cách chậm rãi, chú tâm và chân thành.

A. Nhịp điệu hàng ngày (15–30 phút)

Mỗi ngày được thiết kế để *người ta nhập liệu* , chứ không phải để hoàn thành.

Quy trình được đề xuất:

1. Đọc chậm rãi.
Đừng đọc lướt. Hãy đọc như thể văn bản đang đọc bạn.

2. Nhập vai vào tình huống:
Đừng phân tích nó. Hãy tưởng tượng mình đang ở trong tình huống đó. Hãy chú ý đến những gì xuất hiện – sự kháng cự, sự nhận biết hoặc sự khó chịu.

3. Hãy suy ngẫm về câu hỏi.
Những câu hỏi này không được thiết kế để trả lời nhanh chóng. Một số câu hỏi nhằm mục đích đồng hành cùng bạn suốt cả ngày.

4. Thực hành hành động:
Mỗi ngày đều bao gồm một hành động vâng lời nhỏ. Hãy làm điều đó một cách lặng lẽ. Đừng thông báo. Hãy để nó định hình bạn.

5. Cầu nguyện đơn giản:
Những lời cầu nguyện này được viết một cách giản dị có chủ đích. Hãy sử dụng chúng như đã được viết sẵn, hoặc để chúng mở ra những lời lẽ riêng của bạn trước mặt Chúa.

B. Tư thế sử dụng cá nhân

Để cuốn sách này phát huy tác dụng:

- đọc **một ngày một lần**
- Hãy kiềm chế sự thôi thúc muốn vội vàng tiến về phía trước.
- Đừng tìm kiếm những trải nghiệm cảm xúc—hãy tìm kiếm sự hài hòa.
- Chỉ ghi chép những gì cần thiết; **sự vâng lời quan trọng hơn sự thấu hiểu.**

Cuốn sách này sẽ hiệu quả nhất khi được đọc một cách tiết chế.

C. Khi nào nên tạm dừng

Nếu một ngày cụ thể nào đó bộc lộ sự kháng cự, niềm tin hoặc sự mệt mỏi:

- Hãy ở lại đó thêm 24-48 giờ nữa.
- Thực hành lại động tác đó.
- Hãy để sự thật được làm rõ trước khi tiến bước tiếp theo.

Sự phát triển tâm linh hiếm khi diễn ra theo một đường thẳng.
Đừng vội vàng trong quá trình hình thành của Chúa.

2. SỬ DỤNG CUỐN SÁCH NÀY TRONG MÔI TRƯỜNG NHÓM

Cuốn sách này được viết với mục đích sử dụng trong các nhóm nhỏ, các nhóm môn đệ hóa, các nhóm lãnh đạo và các đội ngũ phục vụ.

A. Kích thước nhóm lý tưởng

- **4–8 người** là tối ưu
- Ít hơn 4 giới hạn nhân chứng chung
- Hơn 10 giới hạn của sự trung thực

Đây là **không gian đào tạo** , không phải phòng học.

B. Nhịp điệu hàng tuần được khuyến nghị

Thay vì gặp mặt hàng ngày, các nhóm được khuyến khích hoạt động theo chu kỳ hàng tuần.

Cấu trúc đề xuất:

- Năm ngày tĩnh nguyện được hoàn thành riêng lẻ.
- Một buổi họp nhóm để suy ngẫm và phân định.
- Một ngày nghỉ ngơi hoặc bù giờ.

Nhịp điệu này cho phép sự vâng lời được thực hành riêng tư và được xử lý trong cộng đồng.

C. Cấu trúc cuộc họp nhóm (60–90 phút)

1. Khởi động tĩnh lặng (5 phút)
Không cập nhật thông tin. Không thảo luận. Hãy để căn phòng trở nên yên tĩnh.

2. Suy ngẫm chung (30 phút)
Mỗi người chỉ trả lời:

- *Tuần này tôi gặp phải vấn đề gì?*
- *Chúa đã tạo ra điều gì?*

Không sửa chữa.
Không dạy dỗ.

3. Kinh Thánh và sự phân định (20 phút)
Đọc chậm các đoạn Kinh Thánh trọng tâm. Cùng nhau đặt câu hỏi:

- *Đây là loại quả gì?*
- *Bạn đang yêu cầu căn chỉnh kiểu nào?*

4. Cầu nguyện và Tuyên bố (15 phút)
Hãy cầu nguyện để được vâng phục, chứ không phải để được an ủi. Cùng nhau nói ra những lời tuyên bố.

D. Thỏa thuận nhóm (Rất quan trọng)

Để cuốn sách này có thể được sử dụng hiệu quả trong nhóm, cần phải thống nhất những điều sau:

- Không được sửa lỗi cho nhau.
- Không dạy học trừ khi được mời.
- Không cung cấp lời khuyên trừ khi được yêu cầu.
- Không được chia sẻ ra ngoài nhóm.
- Không có sự so sánh về mặt tâm linh.

Đây là môi trường được bảo vệ để hình thành nội dung, không phải là diễn đàn tranh luận.

3. SỬ DỤNG CUỐN SÁCH NÀY CHO VIỆC LÃNH ĐẠO VÀ DẠY DỖ MÔN ĐỆ

Bài suy niệm này đặc biệt hiệu quả đối với:

- đội ngũ lãnh đạo nhà thờ
- Thực tập sinh Bộ
- Các nhà lãnh đạo mới nổi

- Những tín đồ trưởng thành bước vào trách nhiệm mới

A. Nhấn mạnh vai trò lãnh đạo

Các nhà lãnh đạo nên đặc biệt chú ý đến:

- Những ngày thảo luận về quyền uy, sự im lặng, sức chịu đựng và sự kiềm chế
- Các tình huống bộc lộ khả năng kiểm soát, tính minh bạch và hiệu suất.
- Những hành động đòi hỏi *sự tuân thủ thông qua sự hạn chế* , chứ không phải sự chủ động.

Cuốn sách này rèn luyện **nhân cách trước khi rèn luyện năng lực** .

B. Vai trò của người điều phối

Nếu bạn đang hướng dẫn người khác trải qua hành trình này:

- Đừng chiếm ưu thế trong cuộc thảo luận.
- Mô hình lỗ hổng mà không cần chia sẻ quá mức.
- Hãy để sự im lặng được yên tĩnh
- Bảo vệ nhịp độ

Vai trò của bạn không phải là chuyên gia, mà là người **bảo vệ môi trường** .

4. CUỐN SÁCH NÀY LÀ GÌ — VÀ KHÔNG PHẢI LÀ GÌ

Cuốn sách này là:

- Một hành trình hình thành
- Một công cụ đào tạo môn đệ
- Một tấm gương phản chiếu sự vâng lời
- Một nguồn lực để đặt hàng

Cuốn sách này không phải là:

- Sách giáo khoa thần học
- Một cuốn sách hướng dẫn tâm linh đầy cảm hứng.
- Một chương trình đọc nhanh
- Một nghiên cứu dựa trên tính cách

Nó được thiết kế để **tạo ra dấu vết** , chứ không phải ấn tượng.

5. LỜI CUỐI CÙNG DÀNH CHO ĐỘC GIẢ

Dù bạn đọc cuốn sách này một mình hay cùng người khác, trách nhiệm vẫn như nhau:

Bạn không được yêu cầu phải ngưỡng mộ sự thật.
Bạn được yêu cầu phải trở nên **dễ hiểu** .

Đọc chậm rãi.
Vâng lời trong im lặng. Sống thanh thản.

Cả thế giới đang đọc.

Cả thế giới đang đọc.

NGÀY THỨ NHẤT

Khi sự thật bắt đầu đè nặng

Nhận biết thời điểm chấm dứt thái độ trung lập

CÁC ĐOẠN KINH THÁNH TRỌNG TÂM

- **2 Cô-rinh-tô 3:2-3** — *Chính anh em là bức thư của chúng tôi… được viết không phải bằng mực, nhưng bằng Thánh Linh của Đức Chúa Trời hằng sống.*
- **Hê-bơ-rơ 4:12** — *Vì lời Đức Chúa Trời sống động và hữu hiệu… phân biệt được tư tưởng và ý định trong lòng người.*
- **Giăng 18:37** — *Ai thuộc về lẽ thật thì nghe tiếng ta.*

Đọc Kinh Thánh (Đọc chậm)

Đừng đọc vội vàng.
Hãy đọc như thể người đang được nghe, chứ không phải người đang được cung cấp thông tin.
"Các ngươi là thư của chúng ta, được viết trong lòng chúng ta, được mọi người biết đến và đọc."
— 2 Cô-rinh-tô 3:2

Suy niệm tâm linh

Mỗi hành trình vâng phục đều bắt đầu bằng một khoảnh khắc khi chân lý trở nên gần gũi với cá nhân tôi.
Không kịch tính.
Không công khai. Nhưng không thể tránh khỏi.
Trước khi **C.S. Lewis** công khai nói về đức tin, ông đã đạt được một nhận thức riêng tư: thái độ trung lập không còn

trung thực nữa. Chân lý đã đến quá gần để có thể quan sát từ xa. Những gì ông biết không thể chỉ dừng lại ở lý thuyết. Đây là nơi mà việc trở thành môn đệ bắt đầu—không phải bằng sự nhiệt tình, mà bằng sự nhận thức.

Hầu hết mọi người trì hoãn sự vâng lời không phải vì họ từ chối lẽ thật, mà vì họ hy vọng sự vâng lời sẽ làm giảm bớt sức ép của nó. Chúng ta cho rằng luôn có thời gian để đáp lại sau này, khi hoàn cảnh có vẻ an toàn hơn, rõ ràng hơn hoặc thuận tiện hơn. Tuy nhiên, Kinh Thánh cho thấy lẽ thật không chỉ đơn thuần cung cấp thông tin cho chúng ta—mà còn *trực tiếp hướng đến* chúng ta.

Lời Chúa không tĩnh tại.

Nó sống động. Nó tìm kiếm. Nó nêu rõ ý định.

Ngày đầu tiên không phải là ngày hành động.

Đó là ngày để *ghi nhận* .

Nếu bạn đã bắt đầu cuộc hành trình này, đó là vì điều gì đó đã thôi thúc, đặt câu hỏi, làm xáo trộn hoặc mời gọi bạn. Sự thôi thúc này không phải là ngẫu nhiên. Đó là Thánh Linh bắt đầu viết.

Bạn không đến đây để tiêu thụ nội dung.

Bạn đến đây để được định hình.

Trước khi sự vâng lời được hình thành, sự trung thực phải bén rễ.

Khám tim

Hãy ngồi tĩnh lặng suy ngẫm những câu hỏi này.

Đừng vội vàng trả lời chúng.

1. **Gần đây, sự thật nào đang thôi thúc bạn mà bạn vẫn chưa đối mặt?**
2. **Dù mọi việc đã rõ ràng, tại sao bạn vẫn giữ thái độ trung lập?**
3. **Bạn cảm nhận Chúa có thể đang muốn bạn *nhận ra điều gì* trước khi Ngài yêu cầu bạn *hành động* ?**

Bài tập hôm nay (Nhỏ nhưng có chủ đích)
Bài tập hôm nay là **tĩnh lặng** .
Hãy dành riêng **10 phút không bị gián đoạn** .
Không điện thoại. Không nhạc. Không nhật ký.
Hãy ngồi tĩnh lặng trước mặt Chúa và chỉ nói điều này—nói thành tiếng hoặc thầm lặng:
"Lạy Chúa, con đang lắng nghe."
Đừng giải thích.
Đừng thương lượng. Đừng lên kế hoạch trước.
Hãy để sự thật được phơi bày mà không gặp trở ngại.

Lời cầu nguyện
Lạy Cha,
con nhận biết rằng Ngài không hề xa cách. Lời Ngài sống động và soi xét con. Con từ bỏ nhu cầu giữ thái độ trung lập. Xin dạy con lắng nghe trước khi hành động và đón nhận trước khi đáp lại. Xin ghi khắc chân lý của Ngài vào đời con cho đến khi sự vâng phục của con được thể hiện rõ ràng. Amen.

Tuyên ngôn
Hãy đọc to câu này thật chậm:
Tôi là hiện thân sống động của Đức Chúa Kitô.
Tôi không chống lại sự thật khi nó đến gần. Tôi chọn sự trung thực thay vì trì hoãn và lắng nghe thay vì thái độ trung lập. Cuộc đời tôi đang được viết nên bởi Thánh Linh của Đức Chúa Trời.

Cam kết tuân phục

Hôm nay, tôi quyết tâm không vội vàng.

Tôi quyết tâm **sống trọn vẹn từng khoảnh khắc** .

Tôi quyết tâm để cho sự thật được lên tiếng trước khi tôi cố gắng đáp trả.

Buổi định hướng kết thúc

Đừng vội tiến lên.

Hãy để ngày hôm nay lắng xuống.

Sự vâng lời bắt đầu từ sự chú ý.

Ngày mai, chúng ta sẽ xem xét **lý do tại sao sự phản kháng thường ẩn giấu dưới những ý định tốt đẹp** .

NGÀY THỨ HAI

Khi sự phản kháng khoác lên mình bộ mặt hợp lý

Ý định tốt có thể trì hoãn sự vâng lời như thế nào?

CÁC ĐOẠN KINH THÁNH TRỌNG TÂM

- **Ma-thi-ơ 7:15-20** — *Các ngươi sẽ nhận biết họ qua việc làm của họ.*
- **Gia-cơ 1:22** — *Hãy làm theo lời Chúa, chứ đừng chỉ nghe mà thôi, như vậy là các ngươi tự lừa dối mình.*
- **Lu-ca 9:57-62** — *Ai đã xắn tay áo cày mà còn ngoái nhìn lại thì không xứng đáng vào Nước Thiên Chúa.*

Đọc Kinh Thánh (Đọc chậm)
"Sao các ngươi gọi ta là 'Chúa, Chúa' mà không làm theo lời ta dạy?"
— Lu-ca 6:46
Hãy đọc lại.
Hãy để câu hỏi đó vẫn còn đó mà không cần trả lời ngay.

Suy niệm tâm linh
Sự kháng cự hiếm khi tự xưng là cuộc nổi loạn.
Thường thì, nó ngụy trang dưới vỏ bọc của *sự hợp lý* .
Trước khi **C.S. Lewis** công khai bác bỏ Cơ Đốc giáo, ông đã trì hoãn điều đó bằng lý lẽ, thời điểm và sự chân thành. Ông không nói thẳng thừng "không". Ông nói *"chưa"*, *"không phải như thế này"*, hoặc *"chưa cho đến khi tôi hiểu rõ hơn"*. Những câu trả lời này nghe có vẻ chân thành - và đúng là như vậy -

nhưng chúng cũng đóng vai trò như những tấm khiên bảo vệ.

Đây là một trong những hình thức tự lừa dối tinh vi nhất. Chúng ta thường cho rằng vì lý lẽ của mình nghe có vẻ thấu đáo, nên chúng hẳn là đáng tin cậy. Chúng ta nhầm lẫn giữa giải thích và vâng lời. Chúng ta nhầm lẫn giữa suy ngẫm và phản ứng. Kinh Thánh nhẹ nhàng nhưng rõ ràng cảnh báo chúng ta: nghe mà không làm có thể trở thành một hình thức lừa dối—không phải là đạo đức giả có chủ ý, mà là sự trì hoãn không được xem xét kỹ lưỡng.

Chúa Giê-su không quở trách mọi người vì đặt câu hỏi.

Ngài quở trách họ vì né tránh sự hòa hợp.

Ngày thứ 2 mời bạn nhận ra những lúc sự chống đối có vẻ khôn ngoan trong cuộc sống của bạn. Nơi mà sự vâng lời bị trì hoãn dưới danh nghĩa sự sáng suốt. Nơi mà những ý định tốt đẹp đã thay thế cho hành động nhường nhịn.

Trái cây thể hiện lòng trung thành.

Thời gian sẽ hé lộ sự thật.

Nếu có điều gì đó đã đè nặng lên trái tim bạn trong một thời gian dài, vấn đề có thể không còn là sự rõ ràng nữa mà là sự đồng thuận.

Khám tim

Hãy ngồi tĩnh lặng và suy ngẫm về những câu hỏi này.

Hãy để chúng làm nổi bật các mô hình, chứ không phải câu trả lời.

1. **Bạn đã từng nói "có" về nguyên tắc nhưng lại nói "sau này" trong những trường hợp nào?**
2. **Bạn thường đưa ra lý do gì để trì hoãn việc tuân lệnh?**
3. **Trong cuộc sống của bạn, làm thế nào để bạn phân biệt giữa sự sáng suốt và sự né tránh?**

Bài tập hôm nay (Nhỏ nhưng chân thành)

Bài tập hôm nay là **đặt tên** .
Hãy lấy một tờ giấy hoặc ghi chú trên điện thoại.
Viết xuống **một lĩnh vực** mà bạn cảm nhận được Chúa đã phán dạy—nhưng bạn đã trì hoãn việc đáp lại.
Đừng biện minh cho nó.
Đừng giải thích nó. Chỉ cần gọi tên nó lên.
Sau đó hãy nói nhỏ điều này:
"Lạy Chúa, con nhận ra mình đã chậm trễ ở điểm nào."
Vậy thôi.

Lời cầu nguyện
Lạy Chúa Giê-su,
con thú nhận rằng sự chống đối không phải lúc nào cũng giống như sự nổi loạn. Đôi khi nó giống như sự kiên nhẫn, thận trọng hoặc khôn ngoan. Xin Chúa dò xét con và chỉ ra nơi nào sự trì hoãn đã thay thế sự vâng phục. Xin dạy con nhận ra kết quả hơn là lời bào chữa và sự phù hợp hơn là ý định. Con chọn sự trung thực hơn là sự tự bảo vệ. Amen.

Tuyên ngôn
Hãy đọc to câu này:
Tôi không nhầm lẫn ý định với sự vâng lời.
Tôi không che giấu sự phản kháng đằng sau lý lẽ. Tôi đang học cách nhận ra sự chậm trễ và lựa chọn sự phù hợp với chân lý. Cuộc đời tôi sẽ đơm hoa kết trái phản ánh sự buông bỏ.

Cam kết tuân phục
Hôm nay, tôi cam kết **nhìn nhận một cách trung thực** .
Tôi sẽ không gọi sự trì hoãn là sự sáng suốt. Tôi sẽ để Chúa chỉ ra những gì cần được điều chỉnh trước khi cầu xin sự hướng dẫn mới.

Buổi định hướng kết thúc
Đừng hành động theo những gì bạn vừa nêu ra.
Hôm nay là ngày để **nhìn nhận vấn đề một cách rõ ràng** , chứ không phải để giải quyết vấn đề nhanh chóng.
Ngày mai, chúng ta sẽ xem xét **lý do tại sao sự vâng lời thường mang lại cảm giác rủi ro ngay cả khi sự thật đã rõ ràng** .

NGÀY THỨ BA

Khi sự vâng lời mang lại cảm giác rủi ro

Vì sao sự rõ ràng không phải lúc nào cũng dẫn đến hành động

CÁC ĐOẠN KINH THÁNH TRỌNG TÂM

- **Châm ngôn 3:5-6** — *Hãy tin cậy Chúa hết lòng…*
- **Ma-thi-ơ 14:28–31** — *Phi-e-rơ bước đi trên mặt nước… rồi bắt đầu chìm xuống.*
- **Hê-bơ-rơ 11:8** — *Bởi đức tin, Áp-ra-ham vâng phục… dù không biết mình sẽ đi đâu.*

Đọc Kinh Thánh (Đọc chậm)

"Hãy hết lòng tin cậy Chúa,
chớ nương cậy vào sự hiểu biết của riêng mình."
— Châm ngôn 3:5

Dừng lại.
Hãy chú ý xem sự tin tưởng, chứ không phải kiến thức, được nhấn mạnh ở điểm nào.

Suy niệm tâm linh

Một trong những khía cạnh bị hiểu lầm nhiều nhất về sự vâng lời là:
sự vâng lời hiếm khi mang lại cảm giác *an toàn* vào thời điểm cần thiết.
Trước khi **C.S. Lewis** hoàn toàn chấp nhận Cơ Đốc giáo, ông đã biết phần lớn những gì mà sự vâng phục sẽ đòi hỏi. Sự phản kháng của ông không bắt nguồn từ sự thiếu hiểu biết. Nó bắt nguồn từ *rủi ro* . Sự vâng phục đe dọa cảm giác kiểm soát, tính dự đoán và quyền tự quyết của ông.
Điều này vẫn đúng với nhiều người ngày nay.
Chúng ta thường cho rằng một khi sự thật đã rõ ràng, hành động sẽ dễ dàng. Kinh Thánh lại kể một câu chuyện khác.
Sự rõ ràng không xóa bỏ nỗi sợ hãi. Trên thực tế, sự rõ ràng thường làm tăng thêm nỗi sợ hãi—bởi vì giờ đây cái giá phải trả đã hiện hữu.
Sự vâng lời đòi hỏi lòng tin vào chính thời điểm mà kết quả chưa được biết trước.
Phi-e-rơ không chìm vì nghi ngờ sự tồn tại của Chúa Giê-su.
Ông chìm vì nỗi sợ hãi đã làm ông xao nhãng.
Áp-ra-ham không vâng lời vì ông có bản đồ.
Ông vâng lời vì ông tin tưởng Đấng đã gọi ông.
Ngày thứ 3 mời bạn nhận ra rằng sự do dự không phải lúc nào cũng là sự nổi loạn—mà thường là nỗi sợ mất mát, sợ bị phơi bày hoặc sợ thay đổi. Sự vâng lời đòi hỏi chúng ta phải tiến lên trước khi sự an toàn được đảm bảo. Nó đòi hỏi đức

tin không phải là niềm tin vào kết quả, mà là niềm tin vào bản chất của Chúa.

Đây là lúc nhiều người dừng lại vô thời hạn.

Chúng ta chờ đợi sự chắc chắn khi Chúa yêu cầu sự tin tưởng.

Chúng ta chờ đợi sự đảm bảo khi Chúa yêu cầu sự đồng thuận. Chúng ta chờ đợi sự rõ ràng về tương lai khi Chúa yêu cầu sự vâng phục trong hiện tại.

Sự vâng lời tạo cảm giác rủi ro vì nó loại bỏ ảo tưởng về sự kiểm soát.

Tuy nhiên, Kinh Thánh luôn cho thấy rằng đức tin không phải là sự vắng mặt của nỗi sợ hãi, mà là sự vượt *qua nỗi sợ* hãi.

Khám tim

Hãy suy ngẫm kỹ những câu hỏi này mà không cần vội vàng.

1. **Hiện tại, khía cạnh nào của việc tuân lệnh khiến bạn cảm thấy rủi ro nhất?**
2. **Bạn đang cố gắng tránh kết quả nào?**
3. **Bạn thường phản ứng thế nào khi Chúa yêu cầu sự chuyển động trước khi có sự chắc chắn?**

Bài tập hôm nay (Nhỏ nhưng đầy can đảm)

Phương pháp cầu nguyện ngày nay là **cầu nguyện dựa trên lòng tin** .

Hãy tìm một nơi yên tĩnh.

Kể tên **một nỗi sợ cụ thể** liên quan đến sự vâng lời.

Sau đó hãy đọc câu này chậm rãi, ba lần:

"Lạy Chúa, con tin cậy Ngài hơn là kết quả mà con lo sợ."

Đừng tranh cãi với nỗi sợ hãi.

Đừng loại bỏ nó. Chỉ cần đặt niềm tin bên cạnh nó.

Lời cầu nguyện

Lạy Cha,

Cha biết khi nào con cảm thấy việc vâng lời thật khó khăn.

Cha thấy nỗi sợ hãi ẩn dưới sự do dự của con. Xin dạy con tin tưởng vào bản chất của Cha ngay cả khi con không thể đoán trước được kết quả. Con chọn đức tin tiến về phía trước, ngay cả khi nỗi sợ hãi vẫn còn hiện hữu. Amen.

Tuyên ngôn

Hãy đọc to câu này:

Tôi không chờ đợi sự chắc chắn mới vâng lời.

Tôi tin tưởng vào Đấng kêu gọi tôi tiến lên. Nỗi sợ hãi không chi phối các quyết định của tôi. Đức tin dẫn dắt tôi từng bước một. Sự vâng lời của tôi ngày càng mạnh mẽ hơn sự do dự của tôi.

Cam kết tuân phục

Hôm nay, tôi quyết tâm **tin tưởng vào bản chất của Chúa** ngay cả khi kết quả còn chưa rõ ràng. Tôi sẽ không nhầm lẫn nỗi sợ hãi với sự khôn ngoan hay sự trì hoãn với sự sáng suốt.

Buổi định hướng kết thúc

Đừng vội vàng.

Hôm nay là về việc **gọi tên nỗi sợ hãi** , chứ không phải chinh phục nó.

Ngày mai, chúng ta sẽ tìm hiểu xem **lòng kiêu hãnh âm thầm chống lại sự vâng lời như thế nào trong khi vẫn tỏ ra có trách nhiệm** .

NGÀY THỨ TƯ

Khi lòng tự hào thể hiện trách nhiệm

Tự trị ngụy trang dưới vỏ bọc trí tuệ như thế nào?

CÁC ĐOẠN KINH THÁNH TRỌNG TÂM

- **Châm ngôn 16:18** — *Sự kiêu ngạo dẫn đến sự hủy diệt...*
- **Lu-ca 18:9–14** — *Người Pha-ri-si và người thu thuế.*
- **Rô-ma 12:3** — *Đừng tự cho mình quan trọng hơn mức đáng có...*

Đọc Kinh Thánh (Đọc chậm)
"Đức Chúa Trời chống lại kẻ kiêu ngạo
, nhưng ban ân điển cho người khiêm nhường."
— Gia-cơ 4:6
Đọc lại.
Hãy chú ý đến từ " *phản đối*" .

Suy niệm tâm linh
Không phải tất cả niềm tự hào đều thể hiện ra bên ngoài.
Một chút tự hào nghe có vẻ cẩn trọng.
Có chừng mực. Có trách nhiệm.
Trước khi **C.S. Lewis** quy phục Chúa Kitô, một trong những hình thức kháng cự mạnh mẽ nhất mà ông phải đối mặt không phải là sự kiêu ngạo—mà là *sự tự tin thái* quá.
Ông tin rằng mình đang hành xử hợp lý, chu đáo và có kỷ

luật. Và đúng là như vậy. Nhưng ẩn dưới vẻ ngoài đó là một giả định sâu sắc hơn: *Tôi có khả năng tự chủ bản thân.*

Đây là một trong những chiêu trò ngụy trang thuyết phục nhất của lòng kiêu hãnh.

Chúng ta thường hình dung sự kiêu ngạo như là khoe khoang hoặc tự cho mình là quan trọng. Kinh Thánh tiết lộ một điều tinh tế hơn: kiêu ngạo là sự khăng khăng rằng *tôi biết cách tốt nhất để quản lý cuộc đời mình* . Đó là sự tự trị được trình bày như sự trưởng thành. Sự kiểm soát được trình bày như sự thận trọng. Sự độc lập được trình bày như sự khôn ngoan.

Lewis nhận ra rằng chừng nào ông còn là người có thẩm quyền tối cao, thì Cơ Đốc giáo không thể bén rễ trọn vẹn. Ông có thể chấp nhận sự hướng dẫn về đạo đức, trân trọng giáo lý Cơ Đốc, và thậm chí ngưỡng mộ Chúa Kitô—trong khi vẫn giữ quyền kiểm soát về việc vâng phục sẽ diễn ra như thế nào.

Sự kiêu ngạo không phải lúc nào cũng chối bỏ Chúa.

Nó thường thương lượng với Ngài.

Về nguyên tắc, nó đồng ý nhưng trên thực tế lại không chịu nhượng bộ. Nó thích tham vấn hơn là phục tùng. Nó chấp nhận sự giúp đỡ mà không từ bỏ quyền lực. Và bởi vì cảm thấy hợp lý, nó thường không bị thách thức.

Chúa Giê-su đã trực tiếp đề cập đến điều này trong các dụ ngôn của Ngài. Người Pha-ri-si trong Lu-ca 18 dường như không phải là người vô đạo đức. Ông ta có vẻ là người có trách nhiệm, ngay thẳng và sùng đạo. Tuy nhiên, tư thế của ông ta không chừa chỗ cho ân điển, bởi vì nó không chừa chỗ cho sự cần thiết.

Ân điển không thể hiện diện ở nơi mà tính tự cung tự cấp vẫn còn nguyên vẹn.

Ngày thứ 4 mời bạn chú ý đến những trường hợp mà sự vâng lời có thể bị chống đối không phải bằng sự bất tuân, mà bằng sự tự tin thái quá. Nơi mà sự dựa dẫm vào phán đoán của bản thân âm thầm cạnh tranh với lòng tin tưởng vào sự dẫn dắt của Chúa.

Điều này không nhằm lên án năng lực hay trách nhiệm.

Mà là để nhận ra khi nào chúng đã thay thế sự phụ thuộc.

Lòng kiêu hãnh hiếm khi thể hiện ra bằng sự nổi loạn.

Nó thì thầm, *"Tôi có thể làm được."*

Khám tim

Hãy ngồi yên lặng và suy ngẫm về những câu hỏi này.

1. **Trong những trường hợp nào bạn dựa nhiều nhất vào phán đoán của bản thân thay vì sự dẫn dắt của Chúa?**
2. **Bạn phản ứng thế nào khi cảm thấy việc tuân lệnh không hiệu quả hoặc không thực tế?**
3. **Sự khiêm nhường thể hiện như thế nào trong những lĩnh vực mà bạn cảm thấy mình giỏi nhất?**

Bài tập hôm nay (Nhỏ nhưng đầy ý nghĩa)

Bài tập hôm nay là **thả lỏng** .

Hãy xác định **một quyết định, thói quen hoặc lĩnh vực nào đó trong cuộc sống** mà bạn hoàn toàn tự mình quản lý.

Hãy đọc câu này thật chậm rãi:

"Lạy Chúa, con xin buông bỏ ý muốn kiểm soát điều này."

Đừng sửa chữa nó.

Đừng cải thiện nó. Hãy phó thác nó cho sự chăm sóc của Chúa.

Lời cầu nguyện

Lạy Cha,

con thú nhận rằng kiêu ngạo không phải lúc nào cũng cảm thấy là tội lỗi. Đôi khi nó mang lại cảm giác khôn ngoan, cẩn trọng và mạnh mẽ. Xin chỉ cho con thấy khi nào sự tự chủ đã thay thế lòng tin. Xin dạy con sự khiêm nhường để đón nhận ân điển và sự vâng phục xuất phát từ sự phụ thuộc. Con xin nhường bước để Ngài dẫn dắt. Amen.

Tuyên ngôn

Hãy đọc to câu này:

Tôi không dựa vào sự hiểu biết của riêng mình.

Tôi phó thác năng lực của mình cho sự khôn ngoan của Chúa. Lòng kiêu ngạo không dẫn dắt các quyết định của tôi. Ân điển định hình sự vâng phục của tôi. Tôi chọn sự khiêm nhường hơn là sự kiểm soát.

Cam kết tuân phục

Hôm nay, tôi quyết tâm **từ bỏ tư duy tự trị** .

Tôi sẽ không nhầm lẫn trách nhiệm với sự độc lập hay trí tuệ với sự kiểm soát. Tôi chọn sự tin tưởng hơn là sự tự lực.

Buổi định hướng kết thúc

Đừng vội vàng sửa chữa bất cứ điều gì hôm nay.

Hôm nay là về việc **nhận biết tư thế** , chứ không phải là tạo ra sự thay đổi.

Ngày mai, chúng ta sẽ bàn về việc **sự vâng lời một phần tạo ra xung đột nội tâm như thế nào.**

NGÀY THỨ NĂM

Khi sự vâng lời chỉ là một phần

Vì sao lòng trung thành chia rẽ tạo ra xung đột nội tâm?

CÁC ĐOẠN KINH THÁNH TRỌNG TÂM

- **1 Các Vua 18:21** — *Các ngươi sẽ lưỡng lự giữa hai ý kiến đến bao giờ?*
- **Lu-ca 9:23** — *Ai muốn làm môn đệ của ta thì phải từ bỏ chính mình…*
- **Rô-ma 7:22-25** — *Tôi vui thích luật pháp của Đức Chúa Trời… nhưng tôi thấy một luật khác đang hoạt động trong tôi.*

Đọc Kinh Thánh (Đọc chậm)
"Không ai có thể phục vụ hai chủ."
— Ma-thi-ơ 6:24
Dừng lại.
Đừng cố gắng giải thích ý nghĩa của câu thơ. Hãy để nó tự nhiên như vậy.

Suy niệm tâm linh
Tuân thủ một phần có vẻ hợp lý.
Nó cho phép chúng ta nói vâng mà không cần phải từ bỏ tất cả. Nó cho phép chúng ta noi theo Chúa Kitô bằng những cách hữu hình trong khi vẫn âm thầm giữ lại một số lĩnh vực cho riêng mình. Và bởi vì sự vâng phục một phần

thường trông có vẻ chân thành, nên nó có thể tồn tại trong nhiều năm mà không bị chất vấn.

Trước khi **C.S. Lewis** hoàn toàn quy phục Chúa Kitô, ông sống trong sự căng thẳng này. Ông ngưỡng mộ chân lý Kitô giáo, chấp nhận sự rõ ràng về mặt đạo đức của nó, và thậm chí thừa nhận thẩm quyền của nó—nhưng ông vẫn trì hoãn việc hoàn toàn quy phục. Cuộc đời ông không được đánh dấu bằng sự nổi loạn công khai, mà bằng lòng trung thành bị chia rẽ.

Sự chia rẽ này tạo ra căng thẳng.

Kinh Thánh không mô tả xung đột nội tâm như một điều bí ẩn. Kinh Thánh gọi đó là kết quả của sự tranh giành quyền lực. Khi Chúa Kitô cai quản một số lĩnh vực và bản ngã cai quản những lĩnh vực khác, hòa bình vẫn khó đạt được. Không phải vì Chúa không ban cho hòa bình—mà vì sự cai trị chia rẽ không thể duy trì sự trọn vẹn.

Tuân phục một phần sẽ làm chúng ta kiệt sức.

Chúng ta gánh vác trọng trách đưa ra quyết định trong khi cố gắng bước theo Chúa Kitô. Chúng ta quản lý đức tin thay vì nhận được sự hướng dẫn. Chúng ta dao động giữa tin tưởng và kiểm soát, vâng phục và dè dặt. Và kết quả thường là sự mệt mỏi, thất vọng và một cảm giác âm thầm rằng có điều gì đó không ổn.

Chúa không phơi bày sự căng thẳng này để làm chúng ta xấu hổ.

Ngài tiết lộ điều đó để mời gọi chúng ta đến sự bình an.

Không tìm thấy sự bình an trong bình an bằng cách làm ít hơn cho Chúa, mà bằng cách dâng hiến nhiều hơn cho Ngài.

Cuối cùng, Lewis nhận ra rằng Cơ Đốc giáo không thể vận hành dựa trên sự lãnh đạo chia sẻ. Chúa Kitô không thương lượng quyền lực; Ngài nắm giữ quyền lực đó. Sự bình an mà Lewis tìm kiếm không đến từ sự điều chỉnh từng bước, mà đến từ việc từ bỏ quyền kiểm soát.

Ngày thứ 5 mời bạn nhận ra những trường hợp mà sự vâng lời có thể chân thành nhưng chưa trọn vẹn. Những trường hợp mà Chúa Kitô được chào đón như Đấng Cứu Thế nhưng lại bị chống đối như Chúa Tể. Những trường hợp mà đức tin bị chia rẽ để giữ gìn sự thoải mái, quyền kiểm soát hoặc sự quen thuộc.

Sự công nhận này không phải là thất bại.

Đây là sự tiến bộ.

Mâu thuẫn nội tâm thường là dấu hiệu cho thấy sự hòa hợp sắp đạt được.

Khám tim

Hãy ngồi suy ngẫm thật kỹ về những câu hỏi này.

1. **Bạn đã từng đưa ra lời đề nghị tuân phục kèm theo điều kiện ở những trường hợp nào?**
2. **Lĩnh vực nào trong cuộc sống dường như khó có thể hoàn toàn buông bỏ nhất?**
3. **Sự vâng lời một phần thể hiện ra sao về mặt cảm xúc—qua sự mệt mỏi, thất vọng hay bồn chồn?**

Bài tập hôm nay (Nhỏ nhưng giúp làm rõ vấn đề)

Ngày nay, phương pháp thực hành là **kiểm kê hàng tồn kho một cách trung thực** .

Hãy viết ra **ba lĩnh vực** trong cuộc sống của bạn:

- Một nơi mà sự vâng lời trở nên tự nhiên.
- Một nơi mà sự vâng lời có vẻ mang tính chọn lọc
- Một nơi mà sự vâng lời bị chống đối.

Đừng phán xét những gì bạn viết.

Chỉ cần nhận ra quy luật của nó.

Sau đó hãy nói nhỏ:

"Lạy Chúa, xin chỉ cho con biết lòng trung thành của con đang bị chia rẽ ở đâu."

Lời cầu nguyện

Lạy Chúa Giê-su,
con thú nhận rằng con thường chỉ vâng phục Ngài một phần. Con đã theo Ngài khi cảm thấy an toàn và chống lại Ngài khi cảm thấy phải trả giá đắt. Xin chỉ cho con biết sự chia rẽ đã thay thế sự quy phục ở đâu. Xin dạy con sự bình an đến từ sự trọn vẹn, chứ không phải từ sự kiểm soát. Con chọn sự hòa hợp hơn là sự thương lượng. Amen.

Tuyên ngôn

Hãy đọc to câu này:
Tôi không phục vụ những chủ nhân chia rẽ.
Tôi chọn sự trọn vẹn hơn là sự kiểm soát. Sự vâng phục của tôi không phải là một phần hay có điều kiện. Chúa Kitô là Chúa tể trên mọi lĩnh vực của cuộc sống tôi. Tôi nhận được sự bình an thông qua sự đầu phục.

Cam kết tuân phục

Hôm nay, tôi cam kết sống có **nhận thức trung thực** .
Tôi sẽ không còn phớt lờ những điểm mâu thuẫn trong lòng trung thành nữa. Tôi chọn sự hài hòa làm con đường dẫn đến sự bình an.

Buổi định hướng kết thúc

Hãy để ngày hôm nay lắng xuống.
Đừng vội vàng sửa chữa mọi thứ cùng một lúc.
Ngày mai, chúng ta sẽ tìm hiểu **lý do tại sao sự vâng lời phải được thực hành hàng ngày chứ không phải chỉ quyết định một lần.**

NGÀY THỨ SÁU

Sự vâng lời được học hỏi mỗi ngày.

Vì sao sự phù hợp cần được thực hành, chứ không phải chỉ được quyết định một lần

CÁC ĐOẠN KINH THÁNH TRỌNG TÂM

- **Lu-ca 9:23** — *Hãy vác thập giá mình mỗi ngày và theo Ta.*
- **Ca thương 3:22-23** — *Lòng thương xót của Ngài mới mẻ mỗi buổi sáng.*
- **Phi-líp 2:12-13** — *Hãy nỗ lực để đạt được sự cứu rỗi của mình… vì chính Đức Chúa Trời là Đấng hành động trong anh em.*

Đọc Kinh Thánh (Đọc chậm)
"Ai muốn làm môn đệ Ta thì phải từ bỏ chính mình, vác thập tự giá mình mỗi ngày mà theo Ta."
— Lu-ca 9:23
Hãy chú ý đến từ " **hàng ngày**" .
Đừng hiểu nó theo nghĩa bóng.

Suy niệm tâm linh
Một trong những quan niệm sai lầm thầm lặng về sự vâng lời là niềm tin rằng nó có thể được giải quyết dứt điểm một lần và mãi mãi.

Chúng ta thường hình dung một khoảnh khắc quyết định—một lời cầu nguyện, một sự cam kết, một bước đột phá—sau đó sự vâng lời trở nên tự động. Nhưng Kinh Thánh luôn trình bày sự vâng lời không phải là một sự kiện đơn lẻ, mà là một **thái độ hằng ngày** .

Trước khi **C.S. Lewis** trở thành một tiếng nói Cơ Đốc giáo công khai, sự quy phục của ông diễn ra dần dần. Sự kháng cự của ông không sụp đổ trong một hành động kịch tính duy nhất; nó nới lỏng dần qua những lựa chọn bình thường, lặp đi lặp lại để hòa hợp với chân lý khi nó tự xuất hiện. Sự vâng phục được học hỏi qua nhịp điệu, chứ không phải qua quyết tâm.

Điều này thật sự giải phóng tôi.

Nếu sự vâng lời được duy trì bằng cường độ, hầu hết sẽ nhanh chóng thất bại. Thay vào đó, Chúa hình thành sự vâng lời thông qua sự lặp lại—thông qua việc mỗi ngày quay trở lại với cùng một quyết định: *Hôm nay ai là người chịu trách nhiệm?*

Sự vâng lời hằng ngày thừa nhận một điều chân thật về chúng ta:

mỗi sáng thức dậy, bản ngã vẫn luôn khao khát thống trị.

Đây không phải là thất bại.

Đây là thực tế.

Kinh Thánh không yêu cầu chúng ta đóng đinh bản thân chỉ một lần.

Kinh Thánh yêu cầu chúng ta vác thập tự giá **mỗi ngày** .

Ngày thứ 6 mời bạn buông bỏ áp lực cầu toàn và đón nhận kỷ luật của sự hiện diện. Sự vâng lời không phát triển thông qua nỗ lực phi thường, mà thông qua sự đồng thuận lặp đi lặp lại. Mỗi ngày trở thành một cơ hội mới để điều chỉnh lại – không phải vì ngày hôm qua chưa đủ, mà vì ngày hôm nay mang đến những lựa chọn riêng.

Lòng thương xót của Chúa sẽ đến với chúng ta ở đó.

Việc vâng lời hằng ngày không đòi hỏi chúng ta phải cảm thấy tận tâm.
Nó chỉ yêu cầu chúng ta luôn sẵn sàng.
Nó không đòi hỏi tầm nhìn xa.
Nó đòi hỏi sự trung thành trong hiện tại.
Đây chính là cách mà sự chuyển đổi trở nên bền vững.

Khám tim

Hãy ngồi suy ngẫm thật kỹ về những câu hỏi này.

1. **Bạn mong muốn sự vâng lời được thiết lập một lần thay vì được thực hành hàng ngày ở đâu?**
2. **Bạn thường phản ứng thế nào khi sự rõ ràng của ngày hôm qua giờ đây dường như đã trở nên xa vời?**
3. **Việc coi sự vâng lời như một sự trở lại hàng ngày thay vì một trạng thái vĩnh viễn sẽ như thế nào?**

Bài tập hôm nay (Đơn giản và dễ thực hiện)

Thực tiễn ngày nay là **sự đồng thuận hàng ngày** .
Vào đầu ngày mới—hoặc ngay bây giờ—hãy nói chậm rãi câu này:
"Lạy Chúa, hôm nay con chọn sự hòa hợp."
Đừng thêm điều kiện.
Đừng dự đoán tương lai.
Hãy giữ sự vâng lời ở thì hiện tại.

Lời cầu nguyện

Lạy Cha,
con cảm ơn Cha vì sự vâng lời được hình thành theo thời gian. Xin giải thoát con khỏi áp lực phải giải quyết mọi việc cùng một lúc. Xin dạy con sự trung tín trong những lựa chọn ngày hôm nay và lòng tin tưởng vào lòng thương xót của

Cha cho ngày mai. Con dâng lên Cha ngày hôm nay—không hoàn hảo, nhưng thành tâm. Amen.

Tuyên ngôn

Hãy đọc to câu này:

Sự vâng phục được hình thành mỗi ngày trong cuộc sống của tôi.

Tôi không dựa vào quyết tâm của ngày hôm qua. Tôi chọn sự phù hợp của ngày hôm nay. Ân điển của Chúa đến với tôi qua sự lặp lại. Đức tin của tôi lớn mạnh qua việc thực hành trung thành.

Cam kết tuân phục

Hôm nay, tôi cam kết **vâng phục ngay hiện tại** .

Tôi sẽ không đòi hỏi sự chắc chắn cho ngày mai trước khi nhượng bộ ngày hôm nay. Tôi chọn sự hòa hợp mỗi ngày hơn là sự hoàn hảo bị trì hoãn.

Buổi định hướng kết thúc

Hãy để hôm nay tràn ngập ánh sáng.

Bạn đang học cách bắt nhịp, chứ không phải chứng minh lòng trung thành.

Ngày mai, chúng ta sẽ tìm hiểu **lý do tại sao sự vâng lời lại được củng cố thông qua những lựa chọn nhỏ, kín đáo hơn là những lựa chọn dễ thấy** .

NGÀY THỨ BẢY

Lòng trung thành nơi chốn kín đáo

Vì sao sự vâng lời phát triển ở những nơi không ai nhìn thấy

CÁC ĐOẠN KINH THÁNH TRỌNG TÂM

- **Ma-thi-ơ 6:1-6** — *Cha các ngươi, Đấng thấy mọi điều kín kín, sẽ ban thưởng cho các ngươi.*
- **Lu-ca 16:10** — *Ai trung thành trong việc nhỏ thì cũng trung thành trong việc lớn.*
- **Cô-lô-xi 3:23-24** — *Bất cứ việc gì anh em làm, hãy làm hết lòng như làm cho Chúa.*

Đọc Kinh Thánh (Đọc chậm)

"Cha các ngươi, Đấng thấy rõ những việc các ngươi làm trong kín, sẽ ban thưởng cho các ngươi."
— Ma-thi-ơ 6:4
Dừng lại.
Hãy chú ý xem khán giả là ai.

Suy niệm tâm linh

Phần lớn sự vâng lời diễn ra trong những trường hợp không thể đo lường được.
Trước khi **C.S. Lewis** công khai nói về Cơ Đốc giáo, sự vâng phục của ông đã được hình thành theo những cách vô hình. Sự quy phục của ông không bắt đầu trên bục giảng hay qua sách vở. Nó diễn ra trong sự hòa hợp riêng tư—những lựa chọn không ai tán thưởng, những điều chỉnh không ai nhận thấy, lòng trung thành không được công nhận ngay lập tức.
Đây là nơi mà sự vâng lời được thể hiện mạnh mẽ nhất.
Chúng ta thường liên tưởng sự vâng lời với những hành động hữu hình—đức tin công khai, lập trường đạo đức,

những quyết định can đảm. Kinh Thánh tiết lộ một điều thầm lặng hơn: Chúa hình thành nhân cách ở những nơi kín đáo. Những gì chúng ta làm khi không ai nhìn thấy sẽ định hình con người chúng ta khi mọi người đều nhìn thấy.

Sự vâng lời ngầm kiểm tra động cơ.

Câu hỏi đặt ra là liệu chúng ta theo Chúa Kitô để được công nhận hay để hòa hợp? Liệu chúng ta vâng phục để được thưởng hay để thể hiện lòng trung thành? Liệu lòng trung thành của chúng ta phụ thuộc vào sự khẳng định hay vẫn vững vàng trong thầm lặng?

Lewis hiểu điều này sâu sắc. Sự vâng lời từ thuở nhỏ không làm ông nổi tiếng, mà làm ông trở nên trung thành. Rất lâu trước khi những tác phẩm của ông ảnh hưởng đến hàng triệu người, những lựa chọn của ông đã định hình một cuộc đời hướng đến chân lý. Thành quả đến sau, nhưng sự hình thành đã có trước.

Điều này đặc biệt khó khăn trong một nền văn hóa đề cao sự nổi bật.

Chúng ta thường có xu hướng đánh giá sự tiến bộ bằng mức độ dễ nhận thấy. Chúng ta đánh đồng sự phát triển với sự khẳng định. Tuy nhiên, Chúa Giê-su luôn hướng sự chú ý ra khỏi đám đông và hướng về Cha, Đấng nhìn thấy mọi sự kín đáo.

Ngày thứ 7 mời bạn nhìn nhận lại sự vâng lời không phải như một sự thực hiện, mà như một sự hiện diện.

Sự vâng lời thầm lặng không phải là vô ích.

Nó có giá trị.

Nó giúp chúng ta gánh vác trách nhiệm mà không tham nhũng, gây ảnh hưởng mà không kiêu ngạo, và gặt hái thành quả mà không đòi hỏi quyền lợi. Sự trung thành thầm lặng tạo nên xương sống của sự liêm chính nơi công cộng.

Nếu bạn cảm thấy sự vâng lời của mình không được chú ý, điều đó không có nghĩa là bạn đang tụt hậu.

Bạn đang được rèn luyện.

Khám tim

Hãy ngồi suy ngẫm thật kỹ về những câu hỏi này.

1. **Những hành động vâng lời nào trong cuộc sống của bạn mà người khác không nhìn thấy?**
2. **Bạn sẽ phản ứng thế nào về mặt cảm xúc khi sự chung thủy không được đáp lại?**
3. **Điều gì thúc đẩy sự vâng lời của bạn nhiều nhất—sự đồng thuận hay sự khẳng định?**

Bài tập hôm nay (Yên tĩnh và có chủ đích)

Ngày nay, phương pháp thực hành là **sự vâng lời thầm lặng** .

Hãy chọn **một hành động nhỏ thể hiện lòng trung thành** mà không ai khác biết đến:

- Một lời cầu nguyện
- Một hành động kiềm chế
- Một khoảnh khắc hào phóng
- Quyết định nói năng nhẹ nhàng hay im lặng.

Hãy làm một cách lặng lẽ.

Đừng ghi âm. Đừng nhắc đến chuyện đó.

Hãy để chuyện đó là giữa bạn và Chúa.

Lời cầu nguyện

Lạy Cha,

Cha thấy rõ mọi việc làm trong kín. Xin dạy con biết trân trọng ánh mắt của Cha hơn là sự công nhận. Xin uốn nắn sự vâng phục của con nơi không có tiếng vỗ tay và lòng trung thành phải tự đứng vững. Con dâng lên Cha những điều mà không ai khác sẽ thấy. Amen.

Tuyên ngôn

Hãy đọc to câu này:

Sự vâng phục của tôi không phải là hình thức.

Tôi trung thành ngay cả khi không ai nhìn thấy. Chúa hình

thành tính cách tôi ở những nơi kín đáo. Tôi sống vì sự phù hợp, không phải vì sự tán dương. Lòng trung thành của tôi sẽ đơm hoa kết trái đúng thời điểm.

Cam kết tuân phục

Hôm nay, tôi nguyện sống **trung thành một cách thầm lặng** .

Tôi chọn vâng phục mà không cần được công nhận và hòa hợp mà không cần được khẳng định.

Buổi định hướng kết thúc

Như vậy là kết thúc **tuần đầu tiên** .

Bạn không được yêu cầu làm nhiều việc —

nhưng rất nhiều điều đã âm thầm diễn ra.

Tuần tới, chúng ta sẽ tìm hiểu **cách sự vâng lời định hình lại ham muốn, chứ không chỉ hành vi** .

NGÀY THỨ TÁM

Khi ham muốn bắt đầu thay đổi

Sự vâng lời định hình lại những gì chúng ta yêu thương như thế nào.

CÁC ĐOẠN KINH THÁNH TRỌNG TÂM

- **Thi Thi thiên 37:4** — *Hãy vui mừng trong Chúa, và Ngài sẽ ban cho bạn những điều lòng bạn mong muốn.*
- **Ê-xê-chi-ên 36:26** — *Ta sẽ ban cho các ngươi một tấm lòng mới và đặt một thần mới trong các ngươi.*
- **Ga-la-ti 5:16-17** — *Hãy bước đi theo Thánh Linh, thì các ngươi sẽ không thỏa mãn những dục vọng của xác thịt.*

Đọc Kinh Thánh (Đọc chậm)
"Ta sẽ ban cho các ngươi một tấm lòng mới,
và đặt một thần mới trong các ngươi."
— Ê-xê-chi-ên 36:26
Hãy nhớ rằng, Chúa không bắt đầu bằng hành vi.
Ngài bắt đầu bằng **tấm lòng** .

Suy niệm tâm linh
Nhiều người cho rằng sự vâng lời sẽ kìm hãm ham muốn. Họ hình dung đức tin như sự kiềm chế—làm điều đúng đắn trong khi vẫn khao khát điều khác. Sự hiểu lầm này khiến sự vâng phục trở nên nặng nề và tạm thời. Tuy nhiên, Kinh Thánh tiết lộ một chân lý sâu sắc hơn: sự vâng phục không chỉ kiềm chế ham muốn; nó **còn định hình lại ham muốn** . Trước khi **C.S. Lewis** trải nghiệm được sự tự do lâu dài trong Chúa Kitô, ông đã học được rằng sự biến đổi Kitô

giáo không phải là việc chế ngự ham muốn bằng ý chí. Đó là việc cho phép chính ham muốn được sắp xếp lại. Những gì từng kéo ông ra xa Chúa bắt đầu, dần dần, mất đi quyền lực của nó.

Việc này không xảy ra ngay lập tức.

Ham muốn thay đổi dần dần—thông qua sự điều chỉnh lặp đi lặp lại, thông qua việc lựa chọn vâng lời ngay cả khi ham muốn không còn theo kịp. Theo thời gian, những gì từng cảm thấy tốn kém giờ đây trở nên tự nhiên. Những gì từng đòi hỏi nỗ lực giờ đây mang lại sự bình yên.

Đây không phải là sự đàn áp.

Đây là sự đổi mới.

Chúa không yêu cầu chúng ta giả vờ rằng những mong muốn của mình khác với bản chất vốn có. Ngài hứa sẽ *làm cho chúng trở nên khác đi* . Nhưng lời hứa đó được thực hiện thông qua sự rèn luyện, chứ không phải áp lực. Khi chúng ta bước đi trong sự vâng phục, Đức Thánh Linh sẽ định hình lại tình yêu của chúng ta từ bên trong ra ngoài.

Ngày thứ 8 mời bạn chú ý đến những thay đổi nhỏ.

Có thể bạn chưa muốn mọi thứ Chúa yêu cầu.

Nhưng bạn có thể bắt đầu muốn *sự hòa hợp* .

Và đó là nơi sự thay đổi bắt đầu.

Sự trưởng thành trong đức tin Cơ đốc không được đánh dấu bằng sự thiếu vắng ham muốn, mà bằng sự biến đổi của ham muốn.

Khám tim

Hãy ngồi suy ngẫm thật kỹ về những câu hỏi này.

1. **Những mong muốn nào hiện đang cạnh tranh với sự vâng lời trong cuộc sống của bạn?**
2. **Bạn có nhận thấy mong muốn nào của mình mất đi sức hút kể từ khi bắt đầu hành trình này không?**

3. **Việc tin tưởng vào Chúa trong việc định hình lại những mong muốn của bạn, chứ không chỉ hành động của bạn, sẽ có ý nghĩa như thế nào?**

Bài tập hôm nay (Nhẹ nhàng và quan sát)
Bài tập hôm nay là **nhận biết ham muốn** .
Trong suốt cả ngày, hãy dừng lại một hoặc hai lần và tự hỏi bản thân:
"Tôi đang muốn gì ngay lúc này?"
Đừng phán xét ham muốn.
Đừng cố gắng sửa chữa nó. Chỉ cần nhận biết nó.
Sau đó hãy cầu nguyện trong thầm lặng:
"Lạy Chúa, xin hãy định hình những gì con yêu thích."

Lời cầu nguyện
Lạy Cha,
Cha biết những ước muốn của con hơn cả chính con. Con dâng chúng lên Cha mà không giả vờ hay che giấu. Xin uốn nắn trái tim con từ bên trong ra ngoài. Xin cho sự vâng phục trở thành điều con khao khát, chứ không chỉ là điều con làm theo. Con tin tưởng giao phó những tình yêu của con cho Cha .
Amen.

Tuyên ngôn
Hãy đọc to câu này:
Chúa đang định hình lại những ước muốn của tôi.
Sự vâng phục đang trở thành niềm vui của tôi. Tôi bước đi theo Thánh Linh, chứ không phải theo bản năng. Trái tim tôi được đổi mới mỗi ngày. Những điều tôi yêu thích đang dần phù hợp với lẽ thật.

Cam kết tuân phục
Hôm nay, tôi cam kết **nhìn nhận một cách trung thực về những ham muốn của mình** .

Tôi sẽ không sợ hãi những khát vọng của mình hay giả vờ như chúng không tồn tại. Tôi tin tưởng Chúa sẽ sắp xếp lại chúng theo thời gian.

Buổi định hướng kết thúc

Đừng đánh giá ngày hôm nay bằng cảm xúc.
Hãy đo lường nó bằng **sự chú ý** .
Ham muốn thay đổi một cách âm thầm.
Ngày mai, chúng ta sẽ tìm hiểu **lý do tại sao sự vâng lời trưởng thành nhờ sự kiên nhẫn, chứ không phải sự vội vàng** .

NGÀY THỨ CHÍN

Sự rèn luyện thầm lặng của lòng kiên nhẫn

Vì sao sự vâng lời trưởng thành theo thời gian?

CÁC ĐOẠN KINH THÁNH TRỌNG TÂM

- **Gia-cơ 1:2-4** — *Hãy để sự kiên trì hoàn thành công việc của nó, hầu cho anh em được trưởng thành và trọn vẹn.*
- **Ga-la-ti 6:9** — *Chớ mệt mỏi khi làm điều thiện…*
- **Thi Thi thiên 40:1** — *Tôi kiên nhẫn chờ đợi Chúa; Ngài đã quay lại và nghe tiếng kêu của tôi.*

Đọc Kinh Thánh (Đọc chậm)

"Hãy để sự kiên trì hoàn thành công việc của nó
, hầu cho anh em được trưởng thành và trọn vẹn, không thiếu sót điều gì."

— Gia-cơ 1:4

Hãy nhớ rằng sự trưởng thành là điều **được cho phép** , chứ không phải bị ép buộc.

Suy niệm tâm linh

Sự vâng lời thường lung lay không phải vì bị từ chối, mà vì bị thúc ép.

Chúng ta muốn sự rõ ràng nhanh chóng. Thay đổi nhanh chóng. Giải quyết vấn đề nhanh chóng. Và khi cảm thấy tiến độ chậm, chúng ta cho rằng có điều gì đó không ổn. Tuy nhiên, Kinh Thánh luôn cho thấy rằng Chúa hành động **một cách có chủ đích** , chứ không phải vội vàng. Ngài vun đắp sự trưởng thành theo thời gian, chứ không phải bằng cách đẩy nhanh tiến độ.

Trước khi **C.S. Lewis** trở thành một tiếng nói Cơ Đốc giáo đáng tin cậy, phần lớn quá trình hình thành nhân cách của ông diễn ra một cách lặng lẽ, không có những cột mốc rõ ràng. Sự vâng phục của ông được thể hiện qua lòng kiên nhẫn—qua việc để cho chân lý tự làm nhiệm vụ của nó thay vì đòi hỏi kết quả ngay lập tức.

Điều này khó hiểu đối với độc giả hiện đại.

Chúng ta sống trong một nền văn hóa ưa chuộng sự tức thời. Chúng ta kỳ vọng sự biến đổi phải đo lường được, nhanh chóng và mang lại sự hài lòng về mặt cảm xúc.

Nhưng sự hình thành tâm linh lại chống lại hiệu quả. Chúa không vội vàng tạo ra kết quả; Ngài hướng đến việc tạo ra *sự trọn vẹn* .

Kiên nhẫn dẫn đến sự vâng lời.

Khi vội vàng tuân phục, chúng ta thường đánh đổi sự hòa hợp bằng hành động. Chúng ta làm nhiều hơn thay vì nhường nhịn nhiều hơn. Chúng ta theo đuổi đà tiến thay vì sự trưởng thành. Theo thời gian, điều này dẫn đến sự mệt mỏi thay vì thành quả.

Kinh Thánh mời gọi một thái độ khác: sự kiên trì để cho phép công việc của Chúa được hoàn thành.

Điều này không có nghĩa là thụ động.

Nó có nghĩa là *hiện diện một cách trung thành* .

Sự kiên nhẫn trong vâng lời dạy chúng ta giữ vững lập trường ngay cả khi kết quả chưa được nhìn thấy. Nó rèn luyện chúng ta tin tưởng vào thời điểm của Chúa thay vì thao túng kết quả. Nó củng cố gốc rễ để những trái ngọt trong tương lai có thể được duy trì.

Ngày thứ 9 mời bạn hãy buông bỏ áp lực phải "tiến xa hơn". Sự phát triển vẫn đang diễn ra ngay cả khi bạn cảm thấy khó nhận thấy. Sự vâng lời trưởng thành không phải nhờ cường độ, mà nhờ sự nhất quán.

Chờ đợi không phải là vô ích khi Chúa đang hành động.

Khám tim

Hãy ngồi suy ngẫm thật kỹ về những câu hỏi này.

1. **Bạn cảm thấy áp lực phải tiến bộ nhanh hơn khả năng hiện tại ở điểm nào?**
2. **Bạn phản ứng thế nào khi việc tuân lệnh trở nên lặp đi lặp lại hoặc chậm chạp?**
3. **Sự kiên nhẫn có thể đang bảo vệ điều gì trong quá trình phát triển tâm linh của bạn hiện nay?**

Bài tập hôm nay (Chậm rãi và có chủ đích)

Phương pháp thực hành ngày nay là **sự trung thành không vội vã** .

Hãy chọn **một hành động vâng lời bình thường** mà bạn vẫn thường thực hiện – cầu nguyện, lòng tốt, sự kiềm chế, sự trung thực.

Hãy làm ngay hôm nay **mà không cần cố gắng cải thiện nó** .

Hãy làm điều đó một cách trung thực.

Sau đó hãy cầu nguyện:

"Lạy Chúa, con tin tưởng vào thời điểm của Ngài."

Lời cầu nguyện

Lạy Cha,

xin dạy con biết coi trọng sự trung tín hơn là tốc độ. Xin giải thoát con khỏi áp lực phải vội vã trong công việc của Ngài. Xin giúp con giữ vững lập trường khi sự tiến triển có vẻ chậm và kiên nhẫn khi kết quả chưa thấy rõ. Con tin tưởng Ngài sẽ hoàn thành những gì Ngài đã bắt đầu.

Amen.

Tuyên ngôn

Hãy đọc to câu này:

Tôi không vội vàng trong công việc của Chúa trong cuộc đời mình.
Sự vâng phục trưởng thành qua sự kiên nhẫn. Tôi giữ vững đức tin trong những điều bình thường. Chúa hoàn thành công việc của Ngài vào thời điểm của Ngài. Tôi trưởng thành vững vàng, kiên định và trọn vẹn.

Cam kết tuân phục
Hôm nay, tôi cam kết **kiên nhẫn đồng hành cùng bạn** .
Tôi sẽ không đo lường tiến độ bằng tốc độ hay đánh giá sự phát triển bằng vẻ bề ngoài. Tôi tin tưởng Chúa sẽ hoàn thành công việc của Ngài trong tôi.

Buổi định hướng kết thúc
Hãy để hôm nay trôi qua thật chậm rãi.
Sự trưởng thành đến một cách lặng lẽ.
Ngày mai, chúng ta sẽ xem xét **cách sự vâng lời định hình lại phản ứng của chúng ta đối với cám dỗ—không phải bằng cách né tránh, mà bằng cách hình thành** .
.

NGÀY THỨ MƯỜI

Khi sự cám dỗ hé lộ bản chất

Vì sao sự vâng lời thay đổi cách chúng ta phản ứng, chứ không chỉ là những gì chúng ta chống lại?

CÁC ĐOẠN KINH THÁNH TRỌNG TÂM

- **1 Cô-rinh-tô 10:13** — *Đức Chúa Trời là thành tín; Ngài sẽ không để các ngươi bị cám dỗ quá sức chịu đựng.*
- **Gia-cơ 1:13-15** — *Mỗi người bị cám dỗ khi bị lôi kéo bởi dục vọng riêng của mình…*
- **Ga-la-ti 5:24-25** — *Những người thuộc về Chúa Giê-su Christ đã đóng đinh xác thịt trên thập tự giá…*

Đọc Kinh Thánh (Đọc chậm)
"Mỗi người bị cám dỗ khi bị lôi kéo bởi dục vọng riêng của mình và bị dụ dỗ."
— Gia-cơ 1:14
Hãy để ý xem cám dỗ bắt đầu từ đâu.
Không phải từ bên ngoài, mà là từ bên trong.

Suy niệm tâm linh
Sự cám dỗ thường bị hiểu sai.
Chúng ta thường coi cám dỗ như một mối đe dọa từ bên ngoài—một điều cần tránh, kìm nén hoặc trốn thoát. Kinh Thánh trình bày một chân lý sâu sắc hơn: cám dỗ cho thấy những gì vẫn đang được hình thành bên trong chúng ta. Nó phơi bày những ham muốn, thói quen và phản xạ mà sự vâng phục đang dần dần định hình lại.

Trước khi **C.S. Lewis** học cách nói rõ ràng về sự biến đổi trong Cơ Đốc giáo, ông đã tự mình trải nghiệm điều này. Cám dỗ không biến mất sau khi tin Chúa; nó chỉ thay đổi tính cách khi sự vâng phục sâu sắc hơn. Điều từng cảm thấy áp đảo dần mất đi quyền lực—không chỉ bằng cách né tránh, mà còn thông qua sự sắp xếp lại ham muốn.

Điều này rất quan trọng.

Chiến thắng cám dỗ không chỉ đơn thuần là nhờ ý chí mạnh mẽ hơn. Đó là nhờ ý chí được biến đổi. Khi sự vâng lời trưởng thành, cám dỗ không còn được đối mặt bằng sự hoảng loạn, mà bằng sự sáng suốt. Sức hút suy yếu vì trái tim đang được hướng về đúng hướng.

Sự cám dỗ không có nghĩa là thất bại.

Nó có nghĩa là quá trình hình thành vẫn đang tiếp diễn.

Kinh Thánh không khiển trách chúng ta vì bị cám dỗ. Kinh Thánh mời gọi chúng ta xem xét điều mà cám dỗ bộc lộ. Khi ham muốn chưa được định hình, cám dỗ trở nên cấp bách. Khi ham muốn đang được định hình lại, cám dỗ trở nên dễ bị phơi bày.

Ngày thứ 10 mời bạn ngừng coi cám dỗ như một tình huống khẩn cấp và bắt đầu xem nó như một nguồn thông tin.

Điều khiến bạn bị cám dỗ cho thấy điều gì vẫn đang tranh giành lòng trung thành. Và nhận thức đó không phải là sự lên án—mà là sự hướng dẫn. Chúa thậm chí dùng cả sự cám dỗ để chỉ cho chúng ta thấy nơi mà sự vâng phục vẫn đang bén rễ.

Việc nhìn nhận lại vấn đề này sẽ thay đổi mọi thứ.

Thay vì sợ hãi cám dỗ, chúng ta học hỏi từ nó.

Thay vì trốn tránh, chúng ta xem xét nó. Thay vì chiến đấu mù quáng, chúng ta chủ động điều chỉnh.

Sự vâng lời không làm cho chúng ta miễn nhiễm.

Nó chỉ làm cho chúng ta chú ý hơn.

Khám tim

Hãy ngồi suy ngẫm thật kỹ về những câu hỏi này.

1. **Những kiểu cám dỗ nào thường xuyên lặp lại nhất trong cuộc sống của bạn?**
2. **Những cám dỗ đó hé lộ những ham muốn nào?**
3. **Phản ứng của bạn trước cám dỗ đã thay đổi như thế nào - nếu có - kể từ khi bắt đầu hành trình này?**

Bài tập hôm nay (Suy ngẫm và Định tâm)

Phương pháp thực hành ngày nay là **phản hồi có kiểm tra** .
Hôm nay, khi bạn nhận thấy cám dỗ—dù nhỏ hay lớn—hãy dừng lại và tự hỏi:
"Điều này tiết lộ điều gì về những gì tôi vẫn còn khao khát?"
Sau đó hãy cầu nguyện trong thầm lặng:
"Lạy Chúa, xin tiếp tục uốn nắn tấm lòng con."
Đừng tự trách mình.
Đừng vội vàng bỏ đi. Hãy cứ học hỏi.

Lời cầu nguyện

Lạy Cha,
con cảm ơn Cha vì cám dỗ không thể loại bỏ con. Xin dạy con nhìn nhận nó như một tấm gương, chứ không phải là một phán quyết. Xin cho con thấy điều gì vẫn đang tranh giành lòng trung thành của con, và tiếp tục uốn nắn những ước muốn của con qua sự vâng phục. Con tin tưởng vào sự thành tín của Cha trong mọi thử thách. Amen.

Tuyên ngôn

Hãy đọc to câu này:
Sự cám dỗ không định nghĩa con người tôi.
Chúa đang uốn nắn tấm lòng tôi qua sự vâng phục. Tôi bước đi theo Thánh Linh, chứ không phải theo bản năng. Những

ham muốn của tôi đang được định hình lại bởi lẽ thật. Mỗi ngày tôi càng trưởng thành trong sự sáng suốt và tự do.

Cam kết tuân phục

Hôm nay, tôi quyết tâm **vâng phục một cách trọn vẹn** . Tôi sẽ không sợ cám dỗ hay trốn tránh những gì nó phơi bày. Tôi cho phép Chúa sử dụng mọi khoảnh khắc để tiếp tục uốn nắn tấm lòng tôi.

Buổi định hướng kết thúc

Bạn không hề bị tụt hậu.
Bạn đang được định hình.
Ngày mai, chúng ta sẽ cùng tìm hiểu **cách mà sự vâng lời được củng cố thông qua cộng đồng hơn là sự cô lập.**

NGÀY THỨ MƯỜI MỘT

Sự vâng lời phát triển trong cộng đồng

Vì sao quá trình hình thành vốn dĩ không bao giờ được coi là riêng tư

CÁC ĐOẠN KINH THÁNH TRỌNG TÂM

- **Hê-bơ-rơ 10:24-25** — *Chúng ta hãy suy nghĩ xem làm thế nào để khích lệ nhau yêu thương và làm việc lành.*
- **Truyền đạo 4:9-12** — *Hai người tốt hơn một người… một sợi dây ba bện khó đứt.*
- **Châm ngôn 27:17** — *Sắt mài sắt, người này mài giũa người kia.*

Đọc Kinh Thánh (Đọc chậm)
"Chúng ta hãy cùng nhau suy nghĩ làm sao để khích lệ nhau yêu thương và làm việc lành."
— Hê-bơ-rơ 10:24
Hãy chú ý đến từ " **xem xét** " .
Cộng đồng đòi hỏi sự chủ động.

Suy niệm tâm linh
Một trong những quan niệm sai lầm thầm lặng của đức tin hiện đại là ý tưởng cho rằng sự vâng lời có thể được duy trì chỉ bằng nỗ lực cá nhân.
Chúng ta coi trọng sự riêng tư. Sự độc lập. Đời sống tâm linh cá nhân. Mặc dù đây có thể là những món quà, nhưng chúng dễ dàng trở thành gánh nặng khi cô lập chúng ta khỏi sự sửa dạy, khích lệ và sự phân định chung. Kinh Thánh

không bao giờ trình bày sự vâng lời như một nỗ lực đơn độc. Sự hình thành nhân cách, theo thiết kế, là một quá trình cộng đồng.

Trước khi **C.S. Lewis** được biết đến rộng rãi qua các tác phẩm công khai, lòng trung thành của ông được tôi luyện trong tình bạn. Những cuộc trò chuyện, bất đồng, sự chịu trách nhiệm và việc cùng nhau theo đuổi chân lý đã định hình đức tin của ông. Lewis không trưởng thành một mình; ông được hình thành giữa những người khác, những người đã thách thức, đặt câu hỏi và đồng hành cùng ông.

Cộng đồng giúp vạch trần những điểm mù.

Khi bị cô lập, chúng ta thường biện minh cho sự trì hoãn. Chúng ta bình thường hóa sự tuân phục một phần. Chúng ta nhầm lẫn sự chân thành với sự đồng thuận. Cộng đồng phá vỡ những khuôn mẫu này—không phải bằng sự phán xét, mà bằng sự hiện diện. Người khác nhìn thấy những gì chúng ta không thể thấy. Họ gọi tên những gì chúng ta né tránh. Họ nhắc nhở chúng ta về sự thật khi quyết tâm của chúng ta lung lay.

Điều này không có nghĩa là chia sẻ liên tục hay ép buộc bản thân phải dễ bị tổn thương. Nó có nghĩa là *cùng hướng về một mục tiêu* . Cùng bước về một trung tâm. Cho phép cuộc sống của chúng ta được thấu hiểu đủ để được định hình.

Ngày thứ 11 mời bạn xem xét lại cách thức sự vâng lời hoạt động trong cuộc sống của bạn.

Nơi nào đức tin bị cô lập, nó thường trở nên mong manh.

Nơi nào sự vâng phục được chia sẻ, nó trở nên bền vững.

Tinh thần cộng đồng không thay thế trách nhiệm cá nhân.

Nó củng cố trách nhiệm cá nhân.

Chúa dùng người khác để giữ vững bước chân chúng ta, để sửa chữa sự lạc lối và để nhắc nhở chúng ta rằng vâng lời không chỉ là thành tựu cá nhân mà còn là một sự làm chứng chung.

Khám tim

Hãy ngồi suy ngẫm thật kỹ về những câu hỏi này.

1. **Bạn thường tách biệt đức tin của mình khỏi những người khác ở những khía cạnh nào?**
2. **Bạn thường phản ứng như thế nào khi được góp ý hoặc nhận lời phê bình?**
3. **Ai hiểu rõ cuộc sống của bạn đến mức có thể khuyến khích sự vâng lời của bạn một cách chân thành?**

Bài thực hành hôm nay (mang tính tương quan và có chủ đích)

Bài học hôm nay là về **sự kết nối có chủ đích** .

Hãy tìm đến **một người đáng tin cậy** — một người bạn, người cố vấn hoặc người cùng đức tin.

Bạn không cần phải giải thích mọi thứ.

Chỉ cần nói đại khái như sau:

"Tôi đang cố gắng sống sao cho hài hòa hơn. Xin hãy cầu nguyện cho tôi."

Hãy để sự vâng lời được *thể hiện* , dù chỉ trong chốc lát.

Lời cầu nguyện

Lạy Cha,

Ngài không tạo dựng con để con bước đi một mình. Xin dạy con nhận được sức mạnh từ cộng đồng và sự khiêm nhường qua việc cùng nhau tìm kiếm chân lý. Xin giúp con đón nhận sự khích lệ và sự sửa sai như những món quà bảo vệ sự vâng phục của con. Con chọn sự kết nối hơn là sự cô lập. Amen.

Tuyên ngôn

Hãy đọc to câu này:

Tôi không được hình thành một mình.

Chúa củng cố sự vâng phục của tôi thông qua cộng đồng.

Tôi đón nhận sự khích lệ và sự sửa sai. Đức tin của tôi trở

nên vững mạnh hơn thông qua việc cùng nhau theo đuổi chân lý. Tôi sống hòa hợp với những người khác.

Cam kết tuân phục
Hôm nay, tôi cam kết **vâng phục lẫn nhau** .
Tôi sẽ không tách rời những gì Chúa đang hình thành. Tôi chọn sự kết nối như một sự bảo đảm cho sự đồng thuận.

Buổi định hướng kết thúc
Hãy để ngày hôm nay nhắc nhở bạn:
sự vâng lời không phải là thành tựu cá nhân.
Ngày mai, chúng ta sẽ cùng tìm hiểu xem **sự vâng lời định hình lại cách chúng ta đối phó với thất bại và điểm yếu như thế nào** .

NGÀY THỨ MƯỜI HAI

Khi sự vâng lời gặp phải sự yếu đuối

Làm thế nào thất bại trở thành nơi rèn luyện?

CÁC ĐOẠN KINH THÁNH TRỌNG TÂM

- **2 Cô-rinh-tô 12:9-10** — *Ân điển của Ta đủ cho anh em, vì sức mạnh của Ta được trọn vẹn trong sự yếu đuối.*

- **Thi Thi thiên 51:16-17** — *Hỡi Đức Chúa Trời, Ngài sẽ không khinh thường một tấm lòng tan vỡ và ăn năn.*
- **Châm ngôn 24:16** — *Dù người công chính ngã bảy lần, họ vẫn đứng dậy.*

Đọc Kinh Thánh (Đọc chậm)

"Ân điển của Ta đủ cho anh em,
vì sức mạnh của Ta được trọn vẹn trong sự yếu đuối."
— 2 Cô-rinh-tô 12:9

Dừng lại.

Hãy nhận ra rằng ân điển đến với sự yếu đuối, chứ không phải sức mạnh.

Suy niệm tâm linh

Một trong những hiểu lầm nguy hiểm nhất về sự vâng lời là niềm tin rằng thất bại sẽ khiến chúng ta mất đi phẩm chất đó.

Nhiều tín đồ cho rằng sự vâng lời phải không gián đoạn mới là chân chính. Khi sự yếu đuối xuất hiện—khi ý chí lung lay, khi cám dỗ chiến thắng, khi sự đúng đắn lệch lạc—chúng ta rút lui trong xấu hổ. Chúng ta diễn giải thất bại như bằng chứng cho thấy sự rèn luyện đã dừng lại.

Kinh thánh lại kể một câu chuyện khác.

Trước khi trở thành một tiếng nói Cơ Đốc giáo đáng tin cậy, **C.S. Lewis** đã học được rằng sự yếu đuối không chấm dứt sự vâng phục—mà nó cho thấy ân điển vẫn đang uốn nắn ông. Cơ Đốc giáo, theo cách hiểu của Lewis, không phụ thuộc vào sự nhất quán của chúng ta mà phụ thuộc vào sự trung tín của Chúa. Sự vâng phục không chỉ được duy trì bởi sức mạnh; nó được duy trì bởi *sự trở lại* .

Thất bại phơi bày những tổn thương chưa được chữa lành. Nó cho chúng ta thấy sự tự lực vẫn còn tồn tại ở đâu, sự khiêm nhường vẫn cần thiết ở đâu, và ân điển chưa được đón nhận trọn vẹn ở đâu. Chúa không dùng thất bại để lên án chúng ta. Ngài dùng nó để mời gọi sự phụ thuộc sâu sắc hơn.

Đây là lý do tại sao Kinh Thánh nói rất thẳng thắn về sự sa ngã.

Người công chính cũng có thể sa ngã—không chỉ một lần, mà nhiều lần. Điều làm nên sự khác biệt của họ không phải là sự hoàn hảo, mà là sự đáp trả. Họ đứng dậy một lần nữa bởi vì ân điển đã phục hồi những gì mà lòng kiêu ngạo muốn từ bỏ.

Ngày thứ 12 mời bạn nhìn nhận lại điểm yếu.

Sự yếu đuối không phải là bằng chứng cho thấy sự vâng lời là không thể.

Nó là bằng chứng cho thấy sự vâng lời phải được duy trì bởi ân điển.

Khi chúng ta che giấu thất bại, sự vâng lời trở nên giả tạo.

Khi chúng ta đưa thất bại ra ánh sáng, sự vâng lời trở nên chân thành.

Lewis hiểu rằng Cơ Đốc giáo không tạo ra những người hoàn hảo. Nó tạo ra những người ăn năn hối cải. Những người không bào chữa cho điểm yếu của mình, mà chấp nhận nó. Những người không giả vờ mạnh mẽ, mà học cách dựa vào ân điển.

Đây là cách mà sự vâng lời được củng cố.

Không phải bằng cách né tránh điểm yếu,

mà bằng cách đón nhận nó với lòng khiêm nhường.

Khám tim

Hãy ngồi suy ngẫm thật kỹ về những câu hỏi này.

1. **Bạn thường phản ứng thế nào khi thất bại?**
   Bằng sự xấu hổ, phủ nhận, quyết tâm—hay quay trở lại?
2. **Điểm yếu nào trong cuộc sống của bạn hiện đang khiến bạn cảm thấy nản lòng nhất?**
3. **Chúa có thể đang mời gọi bạn dựa nhiều hơn vào ân điển thay vì nỗ lực như thế nào?**

Thực hành ngày nay (Phục hồi và Trung thực)
Bài học hôm nay là **về sự trở lại** .
Hãy xác định **một thất bại hoặc điểm yếu gần đây** — dù nhỏ hay lớn.
Hãy trình bày thẳng thắn với Chúa.
Không cần giải thích, không cần bào chữa.
Hãy cầu nguyện đơn giản:
"Lạy Chúa, con trở về với Ngài tại đây."
Sau đó hãy nghỉ ngơi.

Lời cầu nguyện
Lạy Cha,
con dâng lên Cha sự yếu đuối của con mà không hề che giấu. Con buông bỏ nhu cầu phải tỏ ra mạnh mẽ và đón nhận ân điển đầy đủ của Cha. Xin dạy con mau chóng trở lại và tin tưởng rằng Cha đang uốn nắn con ngay cả khi con cảm thấy yếu đuối nhất. Con trông cậy vào Cha. Amen.

Tuyên ngôn
Hãy đọc to câu này:
Ân điển của Chúa đến với tôi ngay cả trong sự yếu đuối. Thất bại không làm tôi mất đi quyền vâng phục. Tôi nhanh chóng và thành thật trở về với Chúa. Cuộc đời tôi được hình thành nhờ ân điển, chứ không phải sự hoàn hảo. Tôi lại trỗi dậy nhờ sức mạnh của Chúa.

Cam kết tuân phục
Hôm nay, tôi cam kết **sống vâng phục với lòng khoan dung** .
Tôi sẽ không che giấu điểm yếu của mình hay từ bỏ sự đúng đắn khi vấp ngã. Tôi chọn sự khiêm nhường, sự trở lại và lòng tin.
Buổi định hướng kết thúc
Bạn vẫn chưa xong.

Bạn đang được hình thành.

Ngày mai, chúng ta sẽ cùng tìm hiểu xem **sự vâng lời định hình lại bản sắc của chúng ta như thế nào—không phải với tư cách là người thành đạt, mà là với tư cách là con trai và con gái .**

NGÀY THỨ MƯỜI BA

Từ Thành tựu đến Bản sắc

Vì sao sự vâng lời xuất phát từ bản chất con người bạn?

CÁC ĐOẠN KINH THÁNH TRỌNG TÂM

- **Rô-ma 8:15-16** — *Anh em đã nhận được Thánh Linh làm con nuôi…*
- **Giăng 1:12-13** — *Đối với tất cả những ai tiếp nhận Ngài… Ngài ban cho họ quyền trở thành con cái Đức Chúa Trời.*
- **Ga-la-ti 4:6-7** — *Vì anh em là con cái, nên Đức Chúa Trời đã sai Thần của Con Ngài vào lòng chúng ta…*

Đọc Kinh Thánh (Đọc chậm)
"Anh em không nhận được thần linh khiến anh em phải làm nô lệ cho sự sợ hãi nữa,
nhưng anh em đã nhận được Thần Linh của sự làm con."
— Rô-ma 8:15
không bắt nguồn từ điều gì : đó là sự sợ hãi.

Suy niệm tâm linh
Một trong những sự bóp méo gây mệt mỏi nhất của sự vâng lời là khi nó được thúc đẩy bởi thành tích chứ không phải bởi bản sắc.
Khi sự vâng lời được thúc đẩy bởi thành tích, chúng ta cố gắng để được chấp thuận. Chúng ta vâng lời để chứng tỏ sự chân thành, để khẳng định niềm tin, hoặc để xoa dịu sự bất

an. Loại vâng lời này rất dễ vỡ. Nó phụ thuộc vào kết quả và sụp đổ khi thất bại.

Kinh thánh đưa ra một nền tảng khác.

Sự vâng lời nảy sinh một cách tự nhiên nhất từ **sự thuộc về**

.

Trước khi **C.S. Lewis** trình bày rõ ràng các giáo lý Cơ đốc giáo, ông phải loại bỏ một quan niệm ăn sâu bám rễ: rằng đức tin là điều phải đạt được thông qua sự đúng đắn hoặc nỗ lực. Ông nhận ra rằng Cơ đốc giáo không tuyển mộ những người thành đạt—mà đón nhận những đứa trẻ.

Điều này thay đổi mọi thứ.

Trẻ em không vâng lời để trở thành thành viên trong gia đình.

Chúng vâng lời vì chúng đã thuộc về gia đình rồi.

Khi bản sắc được đặt lên trước sự vâng lời, thái độ sẽ thay đổi. Chúng ta không còn vâng lời để được Chúa chấp nhận; chúng ta vâng lời vì chúng ta sống theo điều đó. Nỗi sợ hãi mất đi sức mạnh. Sự thể hiện bản thân không còn là quyền lực. Vâng lời trở thành phản ứng chứ không phải là yêu cầu.

Điều này không có nghĩa là sự vâng lời là tùy chọn.

Nó khiến cho sự vâng lời trở thành một mối quan hệ.

Ngày thứ 13 mời bạn xem xét điều gì đã thúc đẩy sự vâng lời của bạn.

Nếu việc vâng lời trở nên nặng nề, có thể là do nó xuất phát từ nỗ lực cá nhân hơn là từ lòng hiếu thảo. Nếu thất bại gây ra sự xấu hổ thay vì sự trở lại, thì bản sắc của bạn có thể vẫn còn gắn liền với thành tích.

Chúa không thúc đẩy sự vâng phục bằng lời đe dọa.

Ngài hình thành sự vâng phục thông qua tình yêu thương.

Khi bản sắc được định hình, sự vâng lời trở nên tự do hơn.

Chúng ta không còn cố gắng giành lấy vị trí nữa—mà đang học cách sống từ vị trí đó.

Khám tim

Hãy ngồi suy ngẫm thật kỹ về những câu hỏi này.

1. **Điều gì thường thúc đẩy sự vâng lời của bạn nhất—sợ hãi, bổn phận, lòng biết ơn hay sự thuộc về?**
2. **Bạn phản ứng như thế nào trong nội tâm khi bạn thất bại—bạn có nghi ngờ giá trị bản thân hay quay trở lại làm một đứa trẻ?**
3. **Điều gì sẽ thay đổi nếu sự vâng lời xuất phát từ bản sắc cá nhân chứ không phải từ thành tích?**

Bài thực hành hôm nay (Hình thành bản sắc)

Hoạt động thực hành ngày hôm nay là **tiếp nhận** ...

Hãy tìm một khoảnh khắc yên tĩnh và đọc to những lời này thật chậm rãi:

"Tôi thuộc về Chúa."

Lặp lại ba lần.

Mỗi lần hãy để nó lắng đọng sâu hơn.

Không cần giải thích thêm.

Chỉ cần đón nhận thôi.

Lời cầu nguyện

Lạy Cha,

con cảm ơn Cha vì Cha không gọi con phải nỗ lực để giành được tình yêu của Cha. Con cảm ơn Cha vì con thuộc về Cha. Xin chữa lành những nơi con đã vâng lời vì sợ hãi hoặc vì muốn chứng tỏ bản thân. Xin dạy con sự vâng lời xuất phát từ bản sắc của chính mình—an toàn, được yêu thương và tự do. Con đón nhận vị trí của con là con cái của Cha. Amen.

Tuyên ngôn

Hãy đọc to câu này:

Tôi là con cái của Chúa.

Sự vâng lời xuất phát từ sự thuộc về, chứ không phải từ nỗi sợ hãi. Tôi không tìm kiếm sự chấp thuận – tôi sống nhờ vào điều đó. Danh tính của tôi được vững chắc trong Chúa Kitô. Tôi vâng lời như một người được yêu thương.

Cam kết tuân phục

Hôm nay, tôi cam kết **sống vâng phục dựa trên bản sắc của mình** .

Tôi từ bỏ đức tin chạy theo thành tích và đón nhận vị trí là con cái của Chúa. Tôi chọn sống và vâng phục từ sự thuộc về.

Buổi định hướng kết thúc

Hãy để ngày hôm nay thật nhẹ nhàng.

Bản sắc hình thành chậm,

nhưng một khi đã hình thành, nó sẽ duy trì sự phục tùng sâu sắc.

Ngày mai, chúng ta sẽ cùng tìm hiểu **cách sự vâng lời định hình lại nhận thức của chúng ta về tự do—không phải là sự độc lập, mà là sự hòa hợp** .

NGÀY THỨ MƯỜI BỐN

Tự do thông qua sự hài hòa

Vì sao sự vâng lời không hạn chế bạn

CÁC ĐOẠN KINH THÁNH TRỌNG TÂM

- **Giăng 8:31–36** — *Chân lý sẽ giải phóng các ngươi.*
- **Rô-ma 6:16-18** — *Anh em đã được giải thoát khỏi tội lỗi và trở thành tôi tớ của sự công chính.*
- **Thi Thi thiên 119:45** — *Tôi sẽ bước đi trong sự tự do, vì tôi đã tìm kiếm các điều răn của Ngài.*

Đọc Kinh Thánh (Đọc chậm)
"Nếu Con giải phóng các ngươi, thì các ngươi sẽ được tự do thật."
— Giăng 8:36
Dừng lại.
Hãy chú ý xem **ai là** người định nghĩa tự do.

Suy niệm tâm linh
Văn hóa hiện đại thường định nghĩa tự do là **quyền tự quyết** .
Người ta thường nói rằng tự do là không phải chịu sự chi phối của ai, được sống theo ý muốn của mình mà không bị can thiệp, không bị ràng buộc bởi bất kỳ quyền lực nào. Tuy nhiên, Kinh Thánh lại đưa ra một quan điểm hoàn toàn khác.
Tự do không nằm ở sự độc lập—mà nằm ở **sự hòa hợp** .
Trước khi **C.S. Lewis** hoàn toàn đón nhận Cơ Đốc giáo, một trong những nỗi sợ hãi lớn nhất của ông là sự vâng lời sẽ hạn chế ông. Ông cho rằng sự quy phục sẽ thu hẹp cuộc

sống, hạn chế niềm vui và kìm hãm bản sắc của mình.
Nhưng điều ông khám phá ra lại hoàn toàn ngược lại: sự tự chủ không giải phóng ông mà ngược lại đã chia cắt ông.
Sự sai lệch luôn gây ra căng thẳng.
Một cuộc sống tách rời khỏi cốt lõi đích thực của nó phải nỗ lực hơn để duy trì. Ham muốn giằng xé theo những hướng đối lập. Lựa chọn tạo ra xung đột. Độc lập hứa hẹn tự do nhưng lại mang đến sự bất an.
Chúa Giê-su đã vạch trần ảo tưởng này một cách trực tiếp. Ngài dạy rằng, tự do không đến từ việc tước bỏ quyền lực, mà đến từ việc phục tùng quyền lực đúng đắn. Chân lý không giam cầm chúng ta—nó giải phóng chúng ta khỏi những gì đang nô dịch.
Ngày thứ 14 mời bạn suy ngẫm về ý nghĩa của tự do trong cuộc sống của mình.
Khi sự vâng lời tạo cảm giác gò bó, có thể là vì sự đồng thuận chưa được tin tưởng. Khi sự độc lập tạo cảm giác tự do, có thể là vì cái giá phải trả của nó chưa được tính toán kỹ lưỡng.
Tự do không phải là sự vắng mặt của những giới hạn.
Nó là sự hiện diện của mục đích.
Khi sự vâng phục giúp chúng ta hòa hợp với kế hoạch của Chúa, sự chống đối sẽ biến mất. Các lựa chọn trở nên rõ ràng hơn. Ham muốn được ổn định. Bình an xuất hiện—không phải vì nỗ lực đã chấm dứt, mà vì cuộc sống cuối cùng được sắp xếp theo lẽ phải.
Đây chính là sự tự do mà Kinh Thánh hứa hẹn.
Không phải tự do làm bất cứ điều gì,
mà là tự do trở thành con người mà bạn được tạo ra để trở thành.

Khám tim

Hãy ngồi suy ngẫm thật kỹ về những câu hỏi này.

1. **Bạn thường định nghĩa tự do trong cuộc sống của mình như thế nào?**
2. **Ở đâu độc lập lại mang đến sự bất ổn thay vì hòa bình?**
3. **Việc hòa hợp với lẽ thật của Chúa có thể mang lại những điều gì mà sự tự định hướng không thể làm được?**

Bài thực hành hôm nay (Định nghĩa lại sự tự do)
Ngày nay, phương pháp thực hành là **định nghĩa lại** .
Hãy chọn **một lĩnh vực** mà bạn cảm thấy việc tuân lệnh quá khắt khe.
Hãy cầu nguyện điều này một cách chậm rãi:
"Lạy Chúa, xin chỉ cho con cách sự hòa hợp ở đây dẫn đến tự do."
Đừng tranh cãi với sự phản kháng.
Chỉ cần yêu cầu được nhìn thấy.

Lời cầu nguyện
Lạy Cha,
con thú nhận rằng con thường đánh đồng tự do với sự kiểm soát. Xin dạy con nhận ra tự do là sự hòa hợp với chân lý. Xin giải thoát con khỏi gánh nặng của việc tự cai trị và dẫn con đến sự bình an của sự vâng phục. Con tin tưởng vào kế hoạch của Ngài dành cho cuộc đời con. Amen.

Tuyên ngôn
Hãy đọc to câu này:
Tự do được tìm thấy trong sự hòa hợp với Chúa.
Sự vâng lời không hạn chế tôi—mà nó phục hồi tôi. Tôi bước đi trong chân lý, chứ không phải sự độc lập. Cuộc sống của tôi được sắp đặt theo những gì là chân thực. Tôi thực sự tự do.

Cam kết tuân phục

Hôm nay, tôi cam kết **tin tưởng vào định nghĩa về tự do của Chúa** .
Tôi từ bỏ ảo tưởng rằng độc lập mang lại sự sống và chọn sự hòa hợp làm con đường dẫn đến bình an.

Buổi định hướng kết thúc
Hãy để ngày hôm nay xóa bỏ mọi giả định.
Tự do không mất đi trong sự vâng lời.
Nó được tìm thấy ở chính sự vâng lời đó.
Ngày mai, chúng ta sẽ cùng tìm hiểu xem **sự vâng lời định hình lại mối quan hệ của chúng ta với thời gian, sự kiên nhẫn và sự chờ đợi như thế nào** .

NGÀY THỨ MƯỜI LĂM

Học cách sống theo nhịp độ của Chúa

Vì sao sự vâng lời định hình lại cách chúng ta chờ đợi

CÁC ĐOẠN KINH THÁNH TRỌNG TÂM

- **Truyền đạo 3:1** — *Có thời điểm cho mọi việc…*
- **Ê-sai 40:31** — *Những ai trông cậy Chúa sẽ được thêm sức mạnh.*
- **Thi Thi thiên 27:14** — *Hãy chờ đợi Chúa; hãy mạnh mẽ và can đảm lên.*

Đọc Kinh Thánh (Đọc chậm)
"Những ai trông cậy Chúa sẽ được thêm sức mạnh."
— Ê-sai 40:31
Hãy dừng lại.
Nhận thấy rằng chờ đợi không phải là thụ động—nó mang tính tương quan.

Suy niệm tâm linh
Một trong những sự điều chỉnh khó khăn nhất mà việc huấn luyện vâng lời đòi hỏi là sự thay đổi về **nhịp độ** .
Chúng ta đã quen với sự khẩn trương. Chúng ta đánh đồng lòng trung thành với tốc độ và cho rằng sự vâng lời sẽ mang lại kết quả rõ rệt nhanh chóng. Khi tiến độ có vẻ chậm, chúng ta trở nên bồn chồn. Khi câu trả lời bị trì hoãn, chúng ta đặt câu hỏi về sự phù hợp.
Kinh thánh lại mang một nhịp điệu khác.

Trước khi **C.S. Lewis** gặt hái được những thành quả lâu dài thông qua các tác phẩm và lời chứng của mình, phần lớn sự vâng phục của ông diễn ra từ từ – thông qua sự chờ đợi, kiên nhẫn và sự chuẩn bị thầm lặng. Sự hình thành đức tin của ông không đến từ sự cấp bách; mà đến từ *thời điểm thích hợp* .

Trong Kinh Thánh, chờ đợi không phải là sự thụ động, mà là **sự tin tưởng chăm chú** .

Chờ đợi Chúa không phải là tạm dừng cuộc sống—mà là giữ vững sự kết nối trong khi Chúa hành động ngoài tầm nhìn của chúng ta. Chờ đợi dạy chúng ta buông bỏ sự kiểm soát đối với kết quả và tin tưởng vào mục đích của Chúa ngay cả khi sự rõ ràng dần dần được hé lộ.

Điều này đặt ra cho chúng ta một thách thức lớn.

Chúng ta cần sự vâng lời để thúc đẩy tiến bộ.

Chúa dùng sự vâng lời để giúp chúng ta **ổn định** .

Ngày thứ 15 mời bạn xem xét lại sự thiếu kiên nhẫn—không phải như một đặc điểm tính cách, mà như một thái độ tâm linh. Khi sự thiếu kiên nhẫn chiếm ưu thế, lòng tin thường bị thử thách. Khi lòng kiên nhẫn phát triển, sự vâng lời sẽ trưởng thành.

Chờ đợi cho thấy chúng ta phụ thuộc vào điều gì nhất.

Nếu chúng ta dựa vào kết quả, sự chờ đợi sẽ khiến ta thất vọng.

Nếu chúng ta dựa vào Chúa, sự chờ đợi sẽ củng cố đức tin của chúng ta.

Sự vâng phục định hình lại thời gian bằng cách dạy chúng ta giữ vững lòng trung thành mà không đòi hỏi sự tức thì. Nó hình thành nên sự kiên nhẫn—niềm tin thầm lặng rằng công việc của Chúa không cần đến áp lực từ chúng ta để đạt hiệu quả.

Đây là nơi sức mạnh được phục hồi.

Không phải nhờ tốc độ,

mà nhờ sự điều chỉnh ổn định.

Khám tim

Hãy ngồi suy ngẫm thật kỹ về những câu hỏi này.

1. **Bạn cảm thấy thiếu kiên nhẫn nhất ở khía cạnh nào trong đời sống tâm linh hiện tại?**
2. **Bạn thường phản ứng thế nào khi thời điểm của Chúa không trùng khớp với kỳ vọng của bạn?**
3. **Chúa có thể đang hình thành trong bạn điều gì đó qua sự chờ đợi mà tốc độ không thể tạo ra?**

Thực hành ngày nay (Sự phù hợp với bệnh nhân)

Phương pháp thực hành ngày nay là **tin tưởng một cách không vội vã** .

Hãy chọn **một lĩnh vực** mà bạn cảm thấy muốn đẩy nhanh tiến độ.

Hãy cầu nguyện điều này một cách chậm rãi:

"Lạy Chúa, con tin tưởng vào thời điểm của Ngài."

Đừng nhắc lại vấn đề đó hôm nay.

Hãy để nó lắng xuống.

Lời cầu nguyện

Lạy Cha,

xin dạy con biết chờ đợi mà không lùi bước và tin tưởng mà không kiểm soát. Xin làm mới sức mạnh của con khi con luôn gắn bó với Ngài. Xin giải thoát con khỏi sự vội vã làm suy yếu đức tin của con và ban cho con lòng kiên nhẫn để sự vâng phục thêm sâu sắc. Con an nghỉ trong thời điểm của Ngài. Amen.

Tuyên ngôn

Hãy đọc to câu này:
Tôi tin tưởng vào thời điểm của Chúa trong cuộc đời mình. Chờ đợi không làm suy yếu sự vâng phục của tôi – mà ngược lại, nó củng cố thêm lòng vâng phục. Tôi giữ vững lập trường mà không vội vàng. Chúa đang hành động vượt ngoài tầm nhìn của tôi. Sức mạnh của tôi được đổi mới khi tôi chờ đợi Chúa.

Cam kết tuân phục
Hôm nay, tôi cam kết **vâng phục một cách kiên nhẫn** .
Tôi từ bỏ nhu cầu thúc đẩy công việc của Chúa và chọn sự ổn định, thuận lợi hơn là sự vội vã.

Buổi định hướng kết thúc
Hãy để ngày hôm nay làm chậm nhịp sống của bạn.
Chờ đợi không phải là trì hoãn.
Đó là sự hình thành.
Ngày mai, chúng ta sẽ cùng tìm hiểu xem **sự vâng lời định hình lại cách chúng ta sử dụng quyền lực, tầm ảnh hưởng và trách nhiệm như thế nào** .

NGÀY THỨ MƯỜI SÁU

Quyền lực được sắp xếp lại bởi sự vâng phục

Vì sao sức ảnh hưởng được hình thành trước khi nó được trao tặng?

CÁC ĐOẠN KINH THÁNH TRỌNG TÂM

- **Lu-ca 22:25-27** — *Người lớn nhất trong các ngươi nên giống như người nhỏ nhất…*
- **Ma-thi-ơ 20:26-28** — *Ai muốn trở nên vĩ đại giữa các ngươi thì phải làm người phục vụ.*
- **1 Phi-e-rơ 5:2-3** — *Chớ làm chủ những người được giao phó cho mình, nhưng hãy làm gương mẫu…*

Đọc Kinh Thánh (Đọc chậm)
"Tôi ở giữa các anh em như một người phục vụ."
— Lu-ca 22:27
Hãy chú ý cách Chúa Giê-su định nghĩa về quyền uy.

Suy niệm tâm linh
Ít có điều gì thử thách sự vâng lời tốt hơn **sức ảnh hưởng** . Quyền lực khuếch đại những gì đã tồn tại trong trái tim. Nếu sự vâng lời không làm thay đổi động cơ của chúng ta, thì ảnh hưởng sẽ phơi bày chúng. Kinh Thánh luôn cho thấy rằng Đức Chúa Trời không hỏi chúng ta có thể làm *gì trước tiên* —Ngài tạo dựng *con người* chúng ta trước khi giao phó trách nhiệm.
Trước khi **C.S. Lewis** có tầm ảnh hưởng công chúng, sự vâng lời của ông đã được định hình lại dựa trên lòng khiêm nhường. Khi được công nhận, điều đó không định nghĩa con người ông bởi vì sự vâng lời đã là nền tảng của ông. Quyền lực của ông đến từ sự phục vụ, chứ không phải từ sự tự cao tự đại.
Đây là hành động phản văn hóa.
Chúng ta thường theo đuổi quyền lực như một cách để khẳng định giá trị bản thân. Chúng ta cho rằng trách nhiệm chứng tỏ sự trưởng thành. Tuy nhiên, Kinh Thánh lại đảo ngược thứ tự: sự trưởng thành phải đi trước trách nhiệm. Sự vâng phục định hình lại sự hiểu biết của chúng ta về quyền lực bằng cách dạy chúng ta nắm giữ nó một cách khiêm nhường và quản lý nó một cách trung tín.

Quyền lực mà không có sự vâng lời sẽ trở thành sự kiểm soát.
Quyền lực được hình thành từ sự vâng lời sẽ trở thành sự chăm sóc.
Ngày thứ 16 mời bạn xem xét cách bạn tương tác với ảnh hưởng—dù lớn hay nhỏ. Lãnh đạo trong Kinh Thánh không phải là về chức vụ; mà là về tư thế. Quyền uy không phải là về việc được chú ý; mà là về việc đáng tin cậy.
Sự vâng lời rèn luyện chúng ta trở thành người lãnh đạo mà không tham lam, người phục vụ mà không cần chứng tỏ bản thân, và người gánh vác trách nhiệm mà không đòi hỏi quyền lợi. Nó loại bỏ nhu cầu được người khác nhìn nhận và thay thế bằng khát vọng được trung thành.
Đây là cách Chúa bảo vệ cả chúng ta và những người mà chúng ta phục vụ.

Khám tim

Hãy ngồi suy ngẫm thật kỹ về những câu hỏi này.

1. **Bạn thường phản ứng như thế nào khi được giao trách nhiệm hoặc chịu ảnh hưởng?**
2. **Những động cơ nào nảy sinh khi bạn được trao quyền – quyền lực, nỗi sợ hãi, sự phục vụ hay lòng khiêm nhường?**
3. **Chúa có thể đang hình thành tính cách của bạn ở đâu trước khi mở rộng tầm ảnh hưởng của bạn?**

Thực hành ngày nay (Sự phù hợp với tinh thần phục vụ)

Hôm nay chúng ta sẽ thực hành **nghi thức cầu nguyện trong im lặng** .
Hãy chọn **một trách nhiệm** mà bạn đảm nhận—ở nơi làm việc, gia đình, nhà thờ hoặc cộng đồng.
Hãy hoàn thành nó ngay hôm nay **mà không cần khẳng định quyền kiểm soát hay tìm kiếm sự công nhận** .

Phục vụ tận tâm.
Hãy buông bỏ nhu cầu được người khác chú ý.

Lời cầu nguyện

Lạy Cha,
xin dạy con biết gánh vác trách nhiệm với lòng khiêm nhường. Xin uốn nắn tấm lòng con trước khi mở rộng tầm ảnh hưởng. Xin giữ gìn con khỏi việc dùng quyền lực để kiểm soát và uốn nắn con để phục vụ cách trung thành. Con tin tưởng giao phó cho Ngài những gì con sẵn sàng quản lý. Amen.

Tuyên ngôn

Hãy đọc to câu này:
Chúa hình thành tính cách tôi trước khi tôi gây ảnh hưởng. Tôi lãnh đạo bằng sự phục vụ, chứ không phải bằng sự kiểm soát. Sự vâng lời định hình lại cách tôi gánh vác trách nhiệm. Tôi quản lý quyền lực với sự khiêm nhường và cẩn trọng. Tôi phục vụ như Chúa Kitô đã phục vụ.

Cam kết tuân phục

Hôm nay, tôi cam kết **sống có trách nhiệm và vâng phục** . Tôi từ bỏ nhu cầu được công nhận và chọn sự trung thành trong trách nhiệm.

Buổi định hướng kết thúc

Hãy để ngày hôm nay giúp bạn ổn định tinh thần.
Sức ảnh hưởng phát huy tối đa
khi sự vâng lời là kim chỉ nam.
Ngày mai, chúng ta sẽ cùng tìm hiểu **cách sự vâng lời định hình lại mối quan hệ của chúng ta với chân lý—không phải như thông tin, mà như sự hình thành** .

NGÀY THỨ MƯỜI BẢY

Khi sự thật đòi hỏi sự tuân phục

Vì sao tri thức không đồng nghĩa với sự hình thành

CÁC ĐOẠN KINH THÁNH TRỌNG TÂM

- **Giăng 17:17** — *Hãy thánh hóa họ bằng lẽ thật; Lời Chúa là lẽ thật.*
- **Gia-cơ 1:22-25** — *Đừng chỉ nghe lời Chúa mà tự lừa dối mình.*
- **2 Ti-mô-thê 3:16-17** — *Toàn bộ Kinh Thánh đều được Đức Chúa Trời soi dẫn và hữu ích…*

Đọc Kinh Thánh (Đọc chậm)
"Đừng chỉ nghe lời Chúa mà tự lừa dối mình;
hãy làm theo lời Chúa dạy."
— Gia-cơ 1:22
Hãy dừng lại.
Nhận thấy rằng sự tự lừa dối không xuất phát từ sự thiếu hiểu biết, mà từ khoảng cách giữa việc biết và việc làm.

Suy niệm tâm linh
Một trong những trở ngại tinh vi nhất đối với sự vâng lời chính là **sự quen thuộc với chân lý** .
Chúng ta đang sống trong thời đại tràn ngập thông tin. Các bài giảng dễ dàng tiếp cận. Kinh thánh có thể tra cứu. Sự hiểu biết thì dồi dào. Tuy nhiên, Kinh thánh cảnh báo rằng việc biết lẽ thật mà không vâng phục có thể đánh lừa chúng

ta, khiến chúng ta nghĩ rằng sự uốn nắn đang diễn ra trong khi thực tế không phải vậy.
Trong Kinh Thánh, chân lý không bao giờ trung lập.
Nó hoặc định hình chúng ta, hoặc phơi bày bản chất thật của chúng ta.
Trước khi **C.S. Lewis** nổi tiếng với việc giải thích Cơ Đốc giáo một cách rõ ràng, ông đã phải vật lộn với một cám dỗ nguy hiểm: coi chân lý như một điều để phân tích hơn là một điều để tuân theo. Sự nghiêm túc trong tư duy của ông lẽ ra có thể trở thành nơi trú ẩn khỏi sự đầu hàng. Thay vào đó, chân lý đã đối diện với ông.
Đây là lý do tại sao Cơ Đốc giáo thuần túy vẫn gây cảm giác bất an.
Nó không cho phép người đọc chỉ là những người quan sát.
Nó khẳng định rằng chân lý đòi hỏi sự tác động đến ý chí, chứ không chỉ đến trí tuệ. Lewis hiểu rằng Kitô giáo không yêu cầu chúng ta phải *đồng ý* — mà yêu cầu chúng ta phải *nhường nhịn* .
Chúng ta thường cho rằng chân lý sẽ tự động thay đổi chúng ta một khi được hiểu rõ. Kinh Thánh không đồng ý với điều đó. Sự biến đổi đòi hỏi sự đáp lại. Chân lý phải được đón nhận, thực hành và thể hiện để phát huy tác dụng của nó.
Ngày thứ 17 mời bạn cùng suy ngẫm về cách thức sự thật vận hành trong cuộc sống của mình.
Nơi mà chân lý được ngưỡng mộ nhưng không được thực hành, sự hình thành sẽ bị đình trệ.
Nơi mà chân lý được tuân theo, dù không hoàn hảo, sự hình thành sẽ sâu sắc hơn.
Sự vâng lời không phải là điều bổ sung cho chân lý.
Nó chính là đích đến mà chân lý hướng tới.
Chúa không tiết lộ chân lý để gây ấn tượng với chúng ta.
Ngài tiết lộ chân lý để biến đổi chúng ta.

Khám tim

Hãy ngồi suy ngẫm thật kỹ về những câu hỏi này.

1. **Trong cuộc sống của bạn, chân lý đã trở nên quen thuộc nhưng không có tác động định hình ở những khía cạnh nào?**
2. **Bạn hiểu rõ những chân lý nào nhưng lại khó tuân theo một cách nhất quán?**
3. **Sự vâng lời có thể làm sâu sắc thêm mối quan hệ của bạn với chân lý như thế nào, thay vì làm hạn chế nó?**

Thực hành ngày nay (Chân lý trong hành động)

Thực hành ngày nay chính là **hiện thân của chân lý** .
Hãy xác định **một chân lý** mà bạn đã biết rõ – về sự tha thứ, khiêm nhường, kiên nhẫn, trung thực hoặc tình yêu.
Hãy thực hành điều đó **một cách cụ thể ngay hôm nay** .
Hãy để chân lý chuyển từ khái niệm thành hành động.

Lời cầu nguyện

Lạy Cha,
xin giải thoát con khỏi việc biết chân lý mà không sống theo chân lý đó. Xin cho Lời Chúa định hình những lựa chọn của con, chứ không chỉ những suy nghĩ của con. Xin dạy con đón nhận chân lý như một sức mạnh định hình, chứ không chỉ là một ý tưởng để ngưỡng mộ. Con xin phó thác bản thân cho những gì Ngài bày tỏ. Amen.

Tuyên ngôn

Hãy đọc to câu này:
Chân lý của Chúa định hình cuộc sống tôi.
Tôi không chỉ nghe mà còn vâng phục. Chân lý định hình lại hành động và ước muốn của tôi. Tôi phó thác ý chí của mình cho những gì được mặc khải. Tôi đang được thánh hóa bởi chân lý.

Cam kết tuân phục

Hôm nay, tôi cam kết sống theo **sự vâng phục được định hình bởi lẽ thật** .
Tôi sẽ không tách rời sự hiểu biết khỏi hành động. Tôi chọn sống theo những gì tôi biết.

Buổi định hướng kết thúc
Chân lý chỉ trọn vẹn khi được trải nghiệm trong cuộc sống.
Ngày mai, chúng ta sẽ cùng tìm hiểu **cách sự vâng lời định hình lại mối quan hệ của chúng ta với sự đau khổ—không phải như một hình phạt, mà như một sự tham gia** .

NGÀY THỨ MƯỜI TÁM

Khi sự vâng lời gặp phải sự đau khổ

Vì sao nỗi đau có thể trở thành nơi để tham gia

CÁC ĐOẠN KINH THÁNH TRỌNG TÂM

- **1 Phi-e-rơ 4:12-13** — *Hãy vui mừng vì các ngươi được cùng chia sẻ những đau khổ với Đấng Christ…*
- **Rô-ma 8:17-18** — *Chúng ta cùng chịu khổ với Ngài để chúng ta cũng được cùng hưởng vinh quang của Ngài.*
- **2 Cô-rinh-tô 4:16-17** — *Những hoạn nạn nhẹ nhàng và tạm thời này đang mang lại cho chúng ta vinh quang đời đời…*

Đọc Kinh Thánh (Đọc chậm)
"Đừng ngạc nhiên về những thử thách gay gắt đã đến với anh em để thử thách anh em."
— 1 Phi-e-rơ 4:12
Hãy chú ý đến từ " **sự tham gia"** , chứ không phải "sự trừng phạt".

Suy niệm tâm linh
Ít có điều gì làm lung lay sự vâng phục hơn là sự đau khổ. Khi nỗi đau ập đến cuộc sống, chúng ta theo bản năng hỏi *tại sao* . Chúng ta tìm kiếm lời giải thích, nguyên nhân hoặc sai lầm. Chúng ta cho rằng đau khổ chắc hẳn có nghĩa là điều gì đó đã sai – hoặc với chúng ta hoặc với Chúa. Kinh Thánh mang đến một chân lý tỉnh táo và đầy hy vọng hơn:

đau khổ không phải lúc nào cũng là con đường lạc lối khỏi sự vâng phục; đôi khi đó chính là **con đường** mà sự vâng phục phải bước qua.

Trước khi **C.S. Lewis** công khai nói về sự đau khổ của người Kitô hữu, ông đã trải qua điều đó. Ông không lãng mạn hóa nỗi đau hay xem nhẹ cái giá phải trả của nó. Lewis thừa nhận đau khổ là một trong những thử thách sâu sắc nhất đối với đức tin—và tuy nhiên, ông nhận ra đó là nơi mà sự vâng phục trở nên vô cùng chân thực.

Sự đau khổ cho thấy nền tảng của sự vâng lời.

Nếu sự vâng lời chỉ mang tính chất giao dịch, thì sự đau khổ sẽ cảm thấy bất công.

Nếu sự vâng lời xuất phát từ mối quan hệ, thì sự đau khổ trở thành nơi nương tựa.

Kinh Thánh không hứa hẹn miễn nhiễm khỏi đau khổ. Kinh Thánh hứa hẹn sự hiện diện trong đau khổ. Chia sẻ những đau khổ của Chúa Kitô không phải là tìm kiếm đau khổ, mà là giữ vững mối liên hệ với Chúa ngay cả khi sự vâng phục dẫn đến mất mát, hiểu lầm hoặc sự chịu đựng.

Điều này hoàn toàn thay đổi cách nhìn nhận về sự đau khổ.

Đau khổ không phải là bằng chứng của sự bỏ rơi.

Nó thường là bằng chứng của sự gần gũi.

Ngày thứ 18 mời bạn suy ngẫm về cách bạn phản ứng khi sự vâng lời trở nên tốn kém. Bạn có rút lui không? Bạn có thương lượng không? Hay bạn vẫn hiện diện, tin tưởng rằng Chúa vẫn đang hành động ngay cả khi không có sự rõ ràng?

Đau khổ tước bỏ ảo tưởng về sự phục tùng. Nó loại bỏ sự giả tạo và phơi bày động cơ. Những gì còn lại hoặc là sự oán giận—hoặc là sự đầu hàng.

Chúa Kitô đã chọn vâng phục ngay cả khi phải chịu đau khổ, không phải vì đau đớn là điều tốt, mà vì tình yêu thương lớn lao hơn. Và khi bước theo Ngài, chúng ta được mời gọi vào cùng một tư thế đó—không phải với tư cách là nạn nhân, mà là người tham gia.

Khám tim
Hãy ngồi suy ngẫm thật kỹ về những câu hỏi này.

1. **Bạn thường hiểu sự đau khổ trong đời sống tâm linh của mình như thế nào?**
2. **Gần đây, nỗi đau nào đã thử thách lòng tin hoặc sự vâng lời của bạn?**
3. **Việc vẫn giữ vững mối liên hệ với Chúa ngay cả khi không có câu trả lời có ý nghĩa gì?**

Bài thực hành hôm nay (Hiện diện trong nỗi đau)
Bài học hôm nay là **sống trọn vẹn từng khoảnh khắc hiện tại** .
Hãy xác định **một lĩnh vực gây khó chịu, đau buồn hoặc khó khăn** mà bạn thường né tránh hoặc vội vàng bỏ qua.
Đừng giải quyết nó ngay hôm nay.
Đừng thần thánh hóa nó.
Hãy cầu nguyện đơn giản:
"Lạy Chúa, con ở lại đây với Ngài."
Hãy dành vài khoảnh khắc tĩnh lặng để hiện hữu trong khoảnh khắc hiện tại.

Lời cầu nguyện
Lạy Cha,
con không hiểu hết mọi đau khổ của con, nhưng con tin rằng Ngài luôn hiện diện trong đó. Xin dạy con sự vâng phục không lùi bước khi đau đớn ập đến. Xin giúp con luôn gắn bó với Ngài ngay cả khi sự sáng tỏ đến muộn. Con chia sẻ sự yếu đuối của con với Ngài. Amen.

Tuyên ngôn
Hãy đọc to câu này:

Đau khổ không thể chia cách tôi với Chúa.
Tôi vẫn giữ vững mối liên hệ ngay cả trong khó khăn. Sự vâng phục vẫn kiên định qua nỗi đau. Tôi tham gia vào đời sống của Chúa Kitô và tin tưởng vào công việc của Ngài. Chúa hiện diện cùng tôi ở đây.

Cam kết tuân phục
Hôm nay, tôi cam kết **sống trọn vẹn sự vâng phục** .
Tôi sẽ không từ bỏ sự đúng đắn khi đau khổ thử thách sự hiểu biết của tôi. Tôi tin tưởng vào sự hiện diện của Chúa trong mọi mùa.

Buổi định hướng kết thúc
Đừng vội vàng bỏ qua ngày hôm nay.
Nỗi đau khổ tạo nên chiều sâu
mà sự an ủi không thể nào sánh được.
Ngày mai, chúng ta sẽ cùng tìm hiểu **cách sự vâng lời định hình lại nhận thức của chúng ta về hy vọng—không phải là sự lạc quan, mà là sự kiên trì** .

NGÀY THỨ MƯỜI CHÍN

Niềm hy vọng trường tồn

Vì sao niềm hy vọng của người Kitô hữu mạnh mẽ hơn sự lạc quan?

CÁC ĐOẠN KINH THÁNH TRỌNG TÂM

- **Rô-ma 5:3-5** — *Sự đau khổ sinh ra sự kiên nhẫn; sự kiên nhẫn sinh ra đức tính tốt; và đức tính tốt sinh ra niềm hy vọng.*
- **Hê-bơ-rơ 6:19** — *Chúng ta có niềm hy vọng này như một cái neo cho linh hồn, vững chắc và an toàn.*
- **Ca thương 3:31–33** — *Dù Ngài mang đến đau buồn, Ngài vẫn sẽ tỏ lòng thương xót…*

Đọc Kinh Thánh (Đọc chậm)
"Chúng ta có niềm hy vọng này như một cái neo cho linh hồn, vững chắc và an toàn."
— Hê-bơ-rơ 6:19
Hãy để ý xem hy vọng làm được gì.
Nó là điểm tựa – chứ không phải là thứ trôi nổi.

Suy niệm tâm linh
Hy vọng thường bị hiểu sai.
Chúng ta thường nhầm lẫn hy vọng với sự lạc quan, với việc mong đợi mọi thứ sẽ tốt đẹp hơn, với niềm tin rằng hoàn cảnh sẽ được giải quyết thuận lợi. Kinh Thánh mang đến một tầm nhìn kiên cường hơn. Hy vọng của người Kitô hữu không gắn liền với kết quả—nó được neo giữ trong **sự trung tín của Chúa** , bất kể kết quả ra sao.

Sự khác biệt này vô cùng quan trọng.
Lòng lạc quan lên xuống theo hoàn cảnh.
Hy vọng vẫn còn đó khi hoàn cảnh không thay đổi.
Trước khi **C.S. Lewis** viết về hy vọng một cách rõ ràng, ông đã hiểu được cái giá phải trả của nó. Lewis không phủ nhận nỗi đau khổ hay xem nhẹ nỗi buồn. Ông bác bỏ những lời trấn an hời hợt. Thay vào đó, điều ông tin tưởng là một niềm hy vọng không bắt nguồn từ sự thoải mái, mà từ chân lý—một niềm hy vọng có thể chịu đựng được sự thất vọng mà không sụp đổ.
Trong Kinh Thánh, niềm hy vọng được rèn giũa.
Nó được hình thành nhờ sự kiên trì.
Nó được củng cố nhờ sức chịu đựng. Nó trưởng thành nhờ sự chờ đợi.
Ngày thứ 19 mời bạn xem xét lại niềm hy vọng của mình đã dựa trên điều gì.
Nếu niềm hy vọng phụ thuộc vào sự cứu trợ, nó sẽ lung lay.
Nếu niềm hy vọng phụ thuộc vào bản chất của Chúa, nó sẽ vững vàng.
Điều này không có nghĩa là giả vờ như nỗi đau không tồn tại. Niềm hy vọng trong Kinh Thánh đối diện với đau khổ và từ chối để nó định nghĩa thực tại. Nó neo giữ tâm hồn vào một điều gì đó sâu sắc hơn cả kinh nghiệm—một điều gì đó bất biến.
Sự vâng lời và niềm hy vọng cùng nhau phát triển.
Sự vâng lời rèn luyện cho chúng ta khả năng duy trì sự nhất quán mà không cần phần thưởng ngay lập tức, trong khi niềm hy vọng học cách nghỉ ngơi mà không cần giải quyết vấn đề ngay lập tức. Cả hai cùng nhau tạo nên sức chịu đựng—sức mạnh thầm lặng để tiếp tục trung thành ngay cả khi sự sáng tỏ bị trì hoãn.
Đây không phải là niềm hy vọng thụ động.
Đây là niềm tin kiên cường.

Khám tim

Hãy ngồi suy ngẫm thật kỹ về những câu hỏi này.

1. **Niềm hy vọng của bạn gắn bó mạnh mẽ nhất với điều gì—kết quả hay phẩm chất của Chúa?**
2. **Bạn phản ứng như thế nào trong thâm tâm khi mọi việc không diễn ra như mong đợi?**
3. **Việc đặt niềm hy vọng vào một nơi sâu sắc hơn cả hoàn cảnh có ý nghĩa gì?**

Bài thực hành hôm nay (Neo giữ niềm hy vọng)

Thực hành ngày nay dựa **trên sự tưởng nhớ** .

Hãy viết ra hoặc lặng lẽ nhớ lại **một chân lý về Chúa** vẫn không thay đổi bất kể hoàn cảnh của bạn (sự trung tín, sự hiện diện, lòng thương xót, quyền tối cao của Ngài).

Lặp lại động tác này một cách chậm rãi suốt cả ngày.

Hãy để niềm hy vọng dừng lại ở đó.

Lời cầu nguyện

Lạy Cha,

xin dạy con niềm hy vọng bền vững, chứ không phải niềm hy vọng phụ thuộc vào sự giải thoát. Xin neo giữ tâm hồn con trong đức tin của Ngài khi hoàn cảnh vẫn chưa được giải quyết. Xin giúp con vững tin cậy Ngài ,

ngay cả khi kết quả chưa rõ ràng. Ngài là nền tảng vững chắc của con. Amen.

Tuyên ngôn

Hãy đọc to câu này:

Niềm hy vọng của tôi đặt trọn nơi Chúa.

Hoàn cảnh không định nghĩa đức tin của tôi. Tôi kiên cường chịu đựng với niềm tin vững chắc vào lẽ thật. Lòng trung tín của Chúa vẫn không hề lay chuyển. Tâm hồn tôi vững vàng và an toàn.

Cam kết tuân phục

Hôm nay, tôi cam kết **giữ vững niềm hy vọng** .

Tôi sẽ không đánh giá sự thành tín của Chúa bằng những kết quả trước mắt. Tôi tin tưởng vào bản chất của Ngài và luôn giữ vững lập trường.

Buổi định hướng kết thúc

Niềm hy vọng lớn lên một cách lặng lẽ.

Nó không thúc ép giải quyết vấn đề vội vàng,

mà giúp tâm hồn ổn định.

Ngày mai, chúng ta sẽ cùng tìm hiểu **cách sự vâng lời định hình lại nhận thức của chúng ta về tình yêu—không phải là cảm xúc, mà là sự cam kết có kỷ luật** .

NGÀY HAI MƯƠI

Tình yêu biết cách ở lại

Vì sao sự vâng lời rèn luyện trái tim biết yêu thương tốt đẹp

CÁC ĐOẠN KINH THÁNH TRỌNG TÂM

- **Giăng 14:15** — *Nếu các con yêu mến Ta, các con sẽ giữ các điều răn của Ta.*
- **1 Cô-rinh-tô 13:4-7** — *Tình yêu thương kiên nhẫn, tình yêu thương nhân từ…*
- **1 Giăng 5:3** — *Đây là tình yêu đối với Đức Chúa Trời: là giữ các điều răn của Ngài.*

Đọc Kinh Thánh (Đọc chậm)
"Tình yêu đối với Đức Chúa Trời là: giữ các điều răn của Ngài. Và các điều răn của Ngài không phải là gánh nặng."
— 1 Giăng 5:3
Hãy dừng lại.
Hãy chú ý cách Kinh Thánh định nghĩa tình yêu.

Suy niệm tâm linh
Văn hóa hiện đại coi tình yêu như một cảm xúc—thứ được cảm nhận, theo đuổi và rút lui khi nó phai nhạt.
Kinh Thánh coi tình yêu là một **cam kết** — điều được thực hành, duy trì và chứng minh qua lòng chung thủy. Sự khác biệt này vô cùng quan trọng. Khi tình yêu chỉ còn là cảm xúc, nó trở nên bất ổn. Khi tình yêu được hình thành qua sự vâng lời, nó trở nên bền vững.

Trước khi **C.S. Lewis** viết về tình yêu Kitô giáo một cách rõ ràng, ông đã học được rằng tình yêu cần được rèn luyện. Tình cảm dao động. Ham muốn thay đổi. Cảm xúc lên xuống thất thường. Sự vâng lời dạy cho tình yêu biết giữ vững khi chỉ riêng cảm xúc không thể gánh vác được.

Đây là lý do tại sao Kinh Thánh liên kết tình yêu thương với sự vâng lời một cách mật thiết.

Tình yêu không chỉ được thể hiện mà còn được hành động. Nó kiên nhẫn khi bị quấy rầy. Tử tế khi gặp bất tiện. Chung thủy ngay cả khi không nhìn thấy.

Ngày thứ 20 mời bạn suy ngẫm về cách bạn hiểu về tình yêu.

Nếu tình yêu phụ thuộc vào cảm xúc, sự vâng lời dường như là điều không bắt buộc.

Nếu tình yêu là sự cam kết, sự vâng lời trở nên tự nhiên.

Tình yêu Kitô giáo không lạnh lùng hay máy móc. Đó là sự ấm áp được rèn luyện – được hình thành qua những lựa chọn lặp đi lặp lại để luôn hòa hợp với Chúa và trung thành với người khác, ngay cả khi cảm xúc không theo kịp ý định. Loại tình yêu này phát triển từ từ.

Sự vâng lời rèn luyện chúng ta hành động yêu thương trước khi cảm nhận được tình yêu thương. Theo thời gian, cảm xúc đến sau khi được hình thành. Trái tim học cách yêu thương những gì ý chí luôn lựa chọn.

Đây chính là cách tình yêu trưởng thành.

Không phải nhờ cường độ,

mà nhờ sức bền.

Khám tim

Hãy ngồi suy ngẫm thật kỹ về những câu hỏi này.

1. **Bạn thường định nghĩa tình yêu như thế nào—cảm xúc hay sự cam kết?**
2. **Sự vâng lời đã thách thức sự hiểu biết của bạn về tình yêu ở những khía cạnh nào?**

3. **Mối quan hệ hay trách nhiệm nào đòi hỏi tình yêu có kỷ luật ngay lúc này?**

Bài thực hành hôm nay (Tình yêu tận tụy)
Phương pháp thực hành ngày nay là **sự trung thành có chủ đích** .
Hãy chọn **một mối quan hệ hoặc trách nhiệm** mà trong đó tình yêu dường như bình thường, gượng gạo hoặc không được chú ý.
Hôm nay hãy thể hiện tình yêu bằng **hành động** , chứ không phải bằng cảm xúc:

- Một lời tử tế
- Phản hồi của bệnh nhân
- Một sự theo sát trung thực

Đừng chờ đợi cảm giác yêu thương.
Hãy lựa chọn yêu thương.

Lời cầu nguyện
Lạy Cha,
xin dạy con tình yêu bền vững, chứ không phải tình yêu dựa trên cảm xúc. Xin uốn nắn trái tim con bằng lòng trung thành vâng phục để tình yêu trở nên vững vàng và chân thật. Xin giúp con giữ vững cam kết khi cảm xúc thay đổi. Con chọn tình yêu được hình thành bởi sự vâng phục. Amen.

Tuyên ngôn
Hãy đọc to câu này:
Tình yêu được hình thành qua sự vâng phục.
Tôi yêu bằng sự tận tâm, không phải bằng sự bốc đồng.
Những lời răn dạy của Chúa rèn luyện trái tim tôi để yêu thương đúng cách. Tôi vẫn chung thủy ngay cả khi cảm xúc phai nhạt. Tình yêu của tôi càng thêm bền chặt qua sự hòa hợp.

Cam kết tuân phục

Hôm nay, tôi cam kết sống một **tình yêu có kỷ luật** .
Tôi chọn sự chung thủy thay vì sự thay đổi thất thường và sự vâng lời thay vì cảm xúc.

Buổi định hướng kết thúc

Bạn đã đến một bước ngoặt quan trọng trong hành trình.
Từ đây trở đi, sự vâng lời chuyển
từ giai đoạn hình thành sang giai đoạn thực thi **nhiệm vụ** .
Ngày mai, chúng ta sẽ cùng tìm hiểu **cách sự vâng lời định hình lại ý thức về mục đích sống của chúng ta—không phải là sự tự thỏa mãn, mà là sứ mệnh trung thành** .

NGÀY THỨ HAI MƯƠI MỘT

Mục đích được hình thành bởi sự vâng lời

Vì sao ơn gọi được tìm thấy qua lòng trung thành

CÁC ĐOẠN KINH THÁNH TRỌNG TÂM

- **Ê-phê-sô 2:10** — *Được tạo dựng trong Chúa Giê-su để làm những việc lành…*
- **Lu-ca 16:10-12** — *Trung tín trong việc nhỏ, trung tín trong việc lớn.*
- **1 Cô-rinh-tô 7:17** — *Mỗi người hãy sống theo sự Chúa đã định…*

Đọc Kinh Thánh (Đọc chậm)
"Chúng ta là công trình của Đức Chúa Trời,
được tạo dựng trong Chúa Giê-su Christ để làm những việc lành, mà Đức Chúa Trời đã chuẩn bị trước cho chúng ta làm."
— Ê-phê-sơ 2:10
Hãy dừng lại.
Lưu ý rằng mục đích **đã được chuẩn bị** , chứ không phải là ngẫu hứng.

Suy niệm tâm linh
Mục đích sống thường được coi là điều gì đó được khám phá một cách đột ngột—thông qua sự sáng suốt, đam mê hoặc cơ hội.
Kinh Thánh trình bày một thực tế thầm lặng hơn: mục đích được bày tỏ **qua lòng trung thành** . Sự kêu gọi thường

không đến như một lời tuyên bố kịch tính. Nó được hé lộ qua sự vâng phục được thực hành nhất quán ở những nơi bình thường.
Trước khi **C.S. Lewis** hiểu được tầm ảnh hưởng của tác phẩm mình, sự vâng phục của ông tập trung vào những gì trước mắt – giảng dạy, viết một cách trung thực, nói lên sự thật một cách cẩn trọng. Mục đích đến sau lòng trung thành, chứ không phải đi trước nó.
Điều này rất quan trọng .
Khi chúng ta theo đuổi mục đích mà không vâng lời, chúng ta thường theo đuổi sự nổi bật. Chúng ta tìm kiếm vai trò hơn là sự sẵn sàng, tìm kiếm nền tảng hơn là hình ảnh. Kinh Thánh hướng chúng ta đi đúng hướng: Chúa giao phó trách nhiệm lớn lao hơn cho những người trung thành với vị trí hiện tại của họ.
Mục đích sống không được tìm thấy bằng cách hỏi, *"Tôi được sinh ra để làm gì?"*
Mà nó được hình thành bằng cách hỏi, *"Làm thế nào tôi có thể trung thành với cuộc sống này?"*
Ngày thứ 21 mời bạn giải tỏa áp lực.
Bạn không cần sự hiểu biết tuyệt đối để vâng lời.
Bạn cần sự sẵn lòng chấp nhận lập trường của mình.
Việc được kêu gọi không phải là sự lạc lối khỏi sự vâng phục; đó là sự vâng phục được mở rộng theo thời gian. Lòng trung thành trong những việc nhỏ rèn luyện tấm lòng để gánh vác những việc lớn hơn mà không bị méo mó.
Ý định của Chúa không hề mong manh.
Chúng không đòi hỏi bạn phải vội vàng vượt trước sự hình thành của Ngài.
Chúng xuất hiện một cách tự nhiên ở những nơi mà sự vâng lời được duy trì ổn định.

Khám tim

Hãy ngồi suy ngẫm thật kỹ về những câu hỏi này.

1. **Bạn đã từng bị cám dỗ theo đuổi mục đích thay vì giữ vững đức tin ở những trường hợp nào?**
2. **Bạn hiện đang có những trách nhiệm nào cần phải thực hiện?**
3. **Sự vâng lời trong trường hợp này có thể định hình ơn gọi trong tương lai như thế nào?**

Thực hành hôm nay (Sự hiện diện trung thành)
Phương pháp thực hành ngày nay là **sự trung tín chú tâm** .
Hãy xác định **một trách nhiệm hoặc cơ hội** mà bạn đã được giao phó—công việc, gia đình, phục vụ cộng đồng, học tập hoặc chăm sóc người khác.
toàn bộ sự chú ý của bạn cho nó hôm nay .
Đừng vội vàng.
Đừng xem nhẹ nó.
Hãy coi đó như một mục đích trong quá trình hình thành.

Lời cầu nguyện
Lạy Cha,
xin dạy con tin tưởng rằng Ngài bày tỏ mục đích của con qua sự vâng phục. Xin giải thoát con khỏi nỗi lo lắng về tương lai và neo giữ con trong sự trung tín ngày hôm nay. Xin giúp con phục vụ tốt ở nơi con đang ở và tin tưởng Ngài về những điều sắp tới. Con dâng hiến cho Ngài sự hướng dẫn hiện tại của con. Amen.

Tuyên ngôn
Hãy đọc to câu này:
Mục đích của Chúa được thể hiện qua sự vâng lời của tôi. Tôi trung thành với vị trí hiện tại của mình. Những hành động vâng lời nhỏ bé định hình nên ơn gọi lâu dài. Tôi tin tưởng Chúa về tương lai của mình và sống trọn vẹn từng

ngày hôm nay. Cuộc đời tôi đang được định hình cho những việc làm tốt lành.

Cam kết tuân phục

Hôm nay, tôi cam kết sống **trọn vẹn sự hiện diện của mình** .

Tôi từ bỏ nhu cầu tìm kiếm sự rõ ràng sớm và chọn vâng phục những gì đã được giao phó cho tôi.

Buổi định hướng kết thúc

Mục đích lớn lên một cách âm thầm.

Lòng trung thành mở đường.

Ngày mai, chúng ta sẽ tìm hiểu **cách sự vâng lời định hình lại tham vọng—không phải bằng cách loại bỏ nó, mà bằng cách thanh lọc nó** .

NGÀY THỨ HAI MƯƠI HAI

Tham vọng được sắp xếp lại

Khi sự vâng lời thanh lọc những gì thúc đẩy bạn

CÁC ĐOẠN KINH THÁNH TRỌNG TÂM

- **Ma-thi-ơ 6:33** — *Trước hết hãy tìm kiếm vương quốc của Đức Chúa Trời…*
- **Gia-cơ 3:13-17** — *Sự khôn ngoan đến từ trên trời là thanh sạch, hiền hòa, dịu dàng…*
- **Phi-líp 2:3-5** — *Đừng làm gì vì lòng tham ích kỷ…*

Đọc Kinh Thánh (Đọc chậm)
"Đừng làm gì vì lòng tham lam ích kỷ hoặc vì kiêu ngạo hão huyền. Trái lại, hãy khiêm nhường coi trọng người khác hơn chính mình."
— Phi-líp 2:3
Hãy dừng lại.
Hãy lưu ý rằng Kinh Thánh không xóa bỏ tham vọng—mà **chỉ làm rõ hơn về** nó.

Suy niệm tâm linh
Tham vọng không phải là kẻ thù của sự vâng lời.
Tham vọng không được xem xét kỹ lưỡng là...
Nhiều tín đồ cho rằng việc theo Chúa đòi hỏi phải từ bỏ ham muốn, động lực hoặc khát vọng. Kinh Thánh chỉ ra một con đường sáng suốt hơn. Chúa không loại bỏ tham vọng—Ngài **sắp xếp lại nó** .
Trước khi **C.S. Lewis** học được cách quản lý ảnh hưởng một cách trung thực, tham vọng cần phải được thanh lọc.

Khao khát được đúng, được lắng nghe, được công nhận—những thôi thúc này không bị xóa bỏ bởi đức tin. Chúng được tinh luyện. Sự vâng lời đã định hướng lại mục đích của tham *vọng* .

Tham vọng trả lời câu hỏi: *Tôi đang hướng tới điều gì?*

Khi tham vọng hướng đến bản thân, sự vâng lời sẽ trở nên gò bó.

Khi tham vọng hướng đến Chúa, sự vâng lời sẽ giúp ta hiểu rõ hơn.

Kinh Thánh phân biệt giữa tham vọng ích kỷ và khát vọng thánh thiện. Một bên tìm kiếm sự công nhận; bên kia tìm kiếm sự trung thành. Một bên theo đuổi sự nổi bật; bên kia theo đuổi sự phù hợp. Một bên nâng cao bản thân; bên kia thúc đẩy mục đích của Chúa.

Ngày thứ 22 mời bạn khám phá những động lực tiềm ẩn bên trong mình.

Tham vọng nếu không được kiểm soát sẽ trở thành sự so sánh.

Tham vọng được thanh lọc sẽ trở thành sự phục vụ.

Sự vâng phục không làm giảm bớt ham muốn. Nó mang lại cho ham muốn một trọng tâm mới. Nó dạy chúng ta tìm kiếm Nước Trời trước tiên—không phải như một ý niệm trừu tượng, mà là một ưu tiên sống động định hình lại mục tiêu, lựa chọn và kỳ vọng.

Khi tham vọng được định hướng đúng đắn, sự nỗ lực nhường chỗ cho sự ổn định. Chúng ta không còn bị thúc đẩy bởi nỗi lo lắng phải chứng tỏ bản thân. Thay vào đó, chúng ta được thúc đẩy bởi lòng tin để phục vụ một cách trung thành.

Đây là tham vọng đã được chữa lành.

Khám tim

Hãy ngồi suy ngẫm thật kỹ về những câu hỏi này.

1. **Những tham vọng nào hiện đang thúc đẩy các quyết định của bạn?**

2. **Việc khao khát được công nhận hoặc thành công có thể đang định hình sự phục tùng của bạn ở những khía cạnh nào?**
3. **Việc đặt mục tiêu tìm kiếm Nước Chúa làm ưu tiên hàng đầu trong mọi khát vọng của bạn sẽ như thế nào?**

Bài thực hành hôm nay (Ý định thanh tịnh)
Phương pháp thực hành ngày nay là **sự điều chỉnh có chủ đích** .
Hãy chọn **một mục tiêu hoặc hoài bão** mà bạn đang tích cực theo đuổi.
Hãy cầu nguyện một cách chân thành như sau:
"Lạy Chúa, xin hãy hướng lại tham vọng này theo ý muốn của Ngài."
Vậy thì hôm nay hãy thực hiện **một bước nhỏ** thể hiện sự khiêm nhường, phục vụ hoặc lòng trung thành thay vì sự nổi bật.
Lời cầu nguyện
Lạy Cha,
Cha biết những khát vọng thúc đẩy con. Xin thanh tẩy tham vọng của con và hướng nó phù hợp với Vương quốc của Cha. Xin loại bỏ những gì bắt nguồn từ sợ hãi hoặc kiêu ngạo và củng cố những gì phục vụ mục đích của Cha. Xin dạy con tìm kiếm Cha trước hết trong mọi việc con theo đuổi. Amen.

Tuyên ngôn
Hãy đọc to câu này:
Tham vọng của tôi phù hợp với Vương quốc của Đức Chúa Trời.
Sự vâng lời thanh tẩy những gì thúc đẩy tôi. Tôi tìm kiếm sự trung tín hơn là sự công nhận. Những ước muốn của tôi đang được định hình lại bởi lẽ thật. Tôi tiến bước vững chắc hướng tới mục đích của Đức Chúa Trời.

Cam kết tuân phục

Hôm nay, tôi cam kết hướng đến **tham vọng lấy Nước Chúa làm trung tâm** .

Tôi từ bỏ sự theo đuổi ích kỷ và chọn sự vâng phục sao cho những mong muốn của tôi phù hợp với ý muốn của Chúa.

Buổi định hướng kết thúc

Tham vọng không bao giờ biến mất.

Nó đã được **chuyển hướng** .

Ngày mai, chúng ta sẽ cùng tìm hiểu **cách sự vâng lời định hình lại thành công—không phải bằng cách định nghĩa lại thành tựu, mà bằng cách đo lường kết quả** .

NGÀY THỨ HAI MƯƠI BA

Thành công được đo lường bằng kết quả

Vì sao sự vâng lời định nghĩa lại ý nghĩa của thành công

CÁC ĐOẠN KINH THÁNH TRỌNG TÂM

- **Giăng 15:4-8** — *Hãy ở trong Ta, và các con sẽ sinh nhiều trái.*
- **Ma-thi-ơ 7:16-20** — *Các ngươi sẽ nhận biết họ qua việc làm của họ.*
- **Ga-la-ti 5:22-23** — *Trái của Thánh Linh là…*

Đọc Kinh Thánh (Đọc chậm)
"Các ngươi sẽ nhận biết họ qua việc làm của họ."
— Ma-thi-ơ 7:16
Hãy dừng lại.
Hãy lưu ý rằng Kinh Thánh đánh giá cuộc sống dựa trên **kết quả** , chứ không phải hình ảnh.

Suy niệm tâm linh
Thành công là một trong những khái niệm nguy hiểm tiềm ẩn nhất trong tín ngưỡng hiện đại.
Chúng ta thường đo lường sự thành công bằng sự nổi bật, sự phát triển, sự khẳng định hoặc năng suất. Ngay cả trong bối cảnh tâm linh, chúng ta cũng có thể nhầm lẫn giữa đà phát triển với sự trưởng thành và hoạt động với sự phù hợp. Kinh Thánh đưa ra một thước đo hoàn toàn khác: **đó là kết quả** .

Trái cây không phải là sản phẩm được sản xuất.
Nó được tạo ra.
Trước khi **C.S. Lewis** có tầm ảnh hưởng rộng lớn, thành quả của sự vâng phục ông đã hiện hữu – tư duy mạch lạc, lòng khiêm nhường trong niềm tin, sự kiên nhẫn trong đối thoại, sự trung thành trong kỷ luật. Sự công nhận của công chúng đến sau. Thành quả đến trước.
Thứ tự này rất quan trọng.
Không thể vội vàng thu hoạch trái cây.
Không thể làm giả trái cây. Không thể duy trì sự phát triển của trái cây nếu thiếu sự cân bằng.
Sự vâng lời định hình lại thành công bằng cách chuyển trọng tâm từ những kết quả mà chúng ta kiểm soát được sang những thành quả mà Chúa ban cho. Nó không hỏi, *"Tôi đã đạt được gì?"* mà hỏi *"Điều gì đang được hình thành?"* Tình yêu thương, sự kiên nhẫn, sự tự chủ, lòng trung thành—đây không phải là những thước đo hào nhoáng, nhưng chúng không thể nhầm lẫn.
Ngày thứ 23 mời bạn xem xét cách bạn đánh giá cuộc sống của mình.
Khi thành công chỉ được đo lường bằng kết quả, áp lực sẽ gia tăng.
Khi thành công được đo lường bằng thành quả, hòa bình sẽ được vun đắp.
Chúa Giê-su không đòi hỏi những thành quả ấn tượng.
Ngài mời gọi sự gắn bó lâu dài.
Nơi nào sự vâng lời được bén rễ, trái cây sẽ nảy nở một cách tự nhiên. Theo thời gian, trái cây sẽ hiện hữu – không phải lúc nào chúng ta cũng nhận ra trước tiên, nhưng người khác sẽ thấy rõ điều đó. Đó là lý do tại sao Kinh Thánh nói rằng chúng ta được "nhận biết" qua trái cây. Nó cho thấy chúng ta đang trở thành loại cây như thế nào.

Trong Vương quốc của Đức Chúa Trời, thành công không phải là việc bạn đã đi được bao xa,
mà là những gì đang phát triển ở nơi bạn đang đứng.

Khám tim

Hãy ngồi suy ngẫm thật kỹ về những câu hỏi này.

1. **Bạn thường đánh giá sự thành công trong cuộc sống của mình như thế nào?**
2. **Bạn đang thể hiện phẩm chất nào của bản thân – sự kiên nhẫn, tình yêu thương, sự bình an, hay sự tự chủ?**
3. **Có thể Chúa đang vun trồng loại trái cây nào mà bạn đã bỏ qua vì cảm thấy nó quá bình thường?**

Bài tập hôm nay (Nhận thức về trái cây)

Bài tập hôm nay là **quan sát trái cây** .

Suốt cả ngày, hãy chú ý đến những khoảnh khắc sau:

- Bạn đáp lại bằng sự kiên nhẫn thay vì sự khó chịu.
- Bạn chọn sự kiềm chế thay vì sự bốc đồng.
- Bạn hành động tử tế mà không cần được công nhận.

Cuối cùng thì, hãy tạ ơn Chúa vì dù chỉ là **một chút thành quả nhỏ bé** mà bạn đã nhận thấy.

Lời cầu nguyện

Lạy Cha,

xin dạy con biết coi trọng thành quả hơn là sự công nhận. Xin giúp con luôn vững vàng trong Ngài để những gì phát triển trong đời con phản ánh Thánh Linh của Ngài. Xin giải thoát con khỏi những thước đo thành công sai lầm và neo giữ con trong những gì Ngài đang hình thành. Con chọn ở lại với Ngài. Amen.

Tuyên ngôn

Hãy đọc to câu này:

Tôi đánh giá sự thành công bằng kết quả, không phải bằng sự nổi tiếng.
Chúa ban sự tăng trưởng thông qua sự vâng lời. Tôi luôn giữ vững gốc rễ và định hướng. Những gì Chúa đang hình thành trong tôi rất quan trọng. Cuộc đời tôi đơm hoa kết trái bền lâu.

Cam kết tuân phục
Hôm nay, tôi cam kết **vâng phục và sống theo lẽ phải** .
Tôi từ bỏ những thước đo thành công sai lầm và tin tưởng Chúa sẽ tạo ra những điều trường tồn.

Buổi định hướng kết thúc
Trái cây lớn lên một cách lặng lẽ.
Ngày mai, chúng ta sẽ cùng tìm hiểu **cách sự vâng lời định hình lại nhận thức của chúng ta về di sản—không phải là ký ức, mà là sự nhân rộng** .

NGÀY THỨ HAI MƯƠI TƯ

Di sản nhân rộng

Vì sao sự vâng lời tồn tại lâu hơn sự hiện diện

CÁC ĐOẠN KINH THÁNH TRỌNG TÂM

- **2 Ti-mô-thê 2:2** — *Hãy giao phó cho những người trung tín, những người có khả năng dạy dỗ người khác nữa.*
- **Thi Thi thiên 145:4** — *Thế hệ này ca ngợi công việc của Ngài cho thế hệ khác.*
- **Giăng 12:24** — *Nếu hạt lúa mì không rơi xuống đất và chết đi... thì nó sẽ không sinh nhiều quả.*

Đọc Kinh Thánh (Đọc chậm)
"Nếu hạt lúa mì không rơi xuống đất và chết đi,
thì nó chỉ trơ trọi một mình; nhưng nếu nó chết đi, thì nó sẽ sinh nhiều quả."
— Giăng 12:24
Dừng lại.
Hãy nhớ rằng trái cây cần **được giải phóng** , chứ không phải bảo quản.

Suy niệm tâm linh
Di sản thường bị hiểu nhầm là những gì còn lại *về* chúng ta sau khi chúng ta qua đời.
Kinh Thánh định nghĩa di sản là những gì được tiếp nối *qua* người khác bởi vì chúng ta đã trung thành. Di sản không phải là ký ức—mà là sự nhân lên. Nó không phải là việc chúng ta được nhớ đến trong bao lâu; mà là sự vâng phục đã

tái tạo sự sống sâu sắc như thế nào vượt ra ngoài phạm vi chúng ta.

Trước khi **C.S. Lewis** có thể hình dung được tầm ảnh hưởng của tác phẩm mình, ông đã tập trung vào sự trung thực hơn là sức ảnh hưởng. Ông viết, giảng dạy và nói chuyện một cách rõ ràng bởi vì sự vâng lời đòi hỏi sự trung thực—chứ không phải vì di sản được đảm bảo. Sự lan tỏa đến sau này, nằm ngoài tầm kiểm soát của ông.

Đây là mô hình của Vương quốc.

Hạt giống không báo trước mùa thu hoạch tương lai.

Chúng chỉ đơn giản rơi xuống đất và tuân theo quy luật của mình.

Ngày thứ 24 mời bạn buông bỏ áp lực phải tạo dựng di sản riêng. Sự vâng phục bám víu vào sự nổi bật không thể sinh sôi nảy nở. Sự vâng phục buông bỏ sự kiểm soát sẽ tạo không gian cho Chúa sinh hoa kết trái vượt xa cả cuộc đời chúng ta.

Di sản được xây dựng nơi sự vâng lời có thể truyền đạt – nơi chân lý được sống, được chia sẻ và được trao phó cho những người khác để họ tiếp tục gìn giữ. Đó là lý do tại sao Kinh Thánh nhấn mạnh lòng trung thành với con người, chứ không phải với các nền tảng.

Bạn không cần biết ai sẽ bị ảnh hưởng bởi sự vâng lời của mình.

Điều bạn cần làm là giữ vững lòng trung thành ở nơi mình đang sống.

Chúa Trời lo liệu việc nhân bội.

Di sản không được xây dựng bằng sự tự bảo vệ.

Nó được hình thành bằng sự đầu hàng.

Khám tim

Hãy ngồi suy ngẫm thật kỹ về những câu hỏi này.

1. **Bạn đã suy nghĩ thế nào về di sản – danh tiếng hay sự kế thừa?**

2. **Chúa có thể đang muốn bạn buông bỏ sự kiểm soát thay vì duy trì ảnh hưởng ở những khía cạnh nào?**
3. **Ai có thể được âm thầm uốn nắn bởi sự vâng lời của bạn ngay lúc này?**

Bài thực hành hôm nay (Phó thác trung tín)

Phương pháp thực hành ngày nay là **đầu tư có chủ đích** .

Khuyến khích, hỗ trợ hoặc nói sự thật với **một người nào đó** — mà không có mục đích vụ lợi hay mong đợi sự đền đáp.

Hãy làm một cách đơn giản.

Hãy làm một cách trung thực. Hãy để Chúa lo phần kết quả.

Lời cầu nguyện

Lạy Cha,

xin giải thoát con khỏi nỗi ám ảnh phải bảo vệ di sản riêng của mình.

Xin dạy con biết tin cậy Ngài để được gia tăng thịnh vượng. Xin giúp con đầu tư cách trung tín vào người khác và buông bỏ sự kiểm soát đối với kết quả. Xin cho sự vâng phục của con sinh trái tốt lành vượt quá tầm nhìn của con. Amen.

Tuyên ngôn

Hãy đọc to câu này:

Sự vâng phục của tôi lan tỏa vượt ra ngoài tầm nhìn của tôi. Chúa sinh sôi nảy nở qua sự đầu phục trung thành. Tôi buông bỏ sự kiểm soát và tin tưởng giao phó di sản cho Chúa. Những gì tôi đầu tư vào người khác sẽ trường tồn. Cuộc đời tôi đơm hoa kết trái vượt xa bản thân tôi.

Cam kết tuân phục

Hôm nay, tôi cam kết **vâng phục với ý thức để lại di sản** .

Tôi sẽ đầu tư một cách trung thành và tin tưởng Chúa sẽ nhân bội những gì tôi cho đi.

Buổi định hướng kết thúc

Di sản đang được hình thành một cách âm thầm.

Ngày mai, chúng ta sẽ cùng tìm hiểu **cách sự vâng lời định hình lại nhận thức của chúng ta về cái chết và sự hữu hạn của cuộc sống – không phải là sự mất mát, mà là sự hoàn thiện** .

NGÀY THỨ HAI MƯƠI LĂM

Sự vâng phục bên bờ vực của cái chết

Vì sao cái chết hoàn thành những gì mà sự vâng lời bắt đầu?

CÁC ĐOẠN KINH THÁNH TRỌNG TÂM

- **Phi-líp 1:21-23** — *Sống là vì Đấng Christ, và chết là lợi.*
- **Hê-bơ-rơ 11:13-16** — *Họ khao khát một đất nước tốt đẹp hơn…*
- **2 Ti-mô-thê 4:7-8** — *Tôi đã chiến đấu trận chiến tốt lành…*

Đọc Kinh Thánh (Đọc chậm)
"Tôi đã chiến đấu trận chiến tốt đẹp,
tôi đã hoàn thành cuộc đua, tôi đã giữ vững đức tin."
— 2 Ti-mô-thê 4:7
Hãy dừng lại.
Lưu ý rằng Phaolô nói về **sự hoàn thành** , chứ không phải sự hối tiếc.

Suy niệm tâm linh
Văn hóa hiện đại né tránh cái chết bằng cách phủ nhận nó. Chúng ta tự làm mình xao nhãng bằng năng suất, giải trí và việc xây dựng di sản, với hy vọng không phải đối mặt với thực tế rằng mọi cuộc đời đều hướng đến một kết thúc. Kinh Thánh không né tránh cái chết. Nó định nghĩa lại cái chết. Cái chết không phải là sự phủ nhận sự vâng phục—mà là **sự hoàn thành của nó** .

Đối với những ai sống hòa hợp với ý Chúa, cái chết không phải là sự gián đoạn, mà là sự đến.

Trước khi **C.S. Lewis** suy ngẫm sâu sắc về sự hữu hạn của cuộc sống, ông đã trăn trở với những hệ lụy của nó. Cái chết làm chúng ta bất an bởi vì nó phơi bày nơi niềm hy vọng thực sự của chúng ta đặt vào. Nếu sự vâng lời bắt nguồn từ kết quả, thì cái chết giống như sự mất mát. Nếu sự vâng lời bắt nguồn từ lòng trung thành, thì cái chết giống như sự hoàn thành.

Kinh thánh nói về việc kết thúc tốt đẹp.

Không phải là đạt được mọi thứ.

Không phải là tránh khỏi mọi nỗi đau. Nhưng là giữ vững lập trường cho đến cùng.

Ngày thứ 25 mời bạn suy ngẫm về cách mà sự hữu hạn của cuộc sống định hình lòng vâng phục của bạn.

Nếu sợ hãi cái chết, sự vâng lời thường trở nên lo lắng.

Nếu chấp nhận cái chết, sự vâng lời trở nên tập trung.

Nhận thức về sự hữu hạn của cuộc sống giúp ta xác định rõ ràng các ưu tiên. Nó loại bỏ những tham vọng phù phiếm và phơi bày những điều thực sự quan trọng. Sự vâng lời không còn là về sự tích lũy mà là về lòng trung thành. Không còn là về việc chứng tỏ tầm quan trọng mà là về việc sống phù hợp với mục đích của Chúa.

Cái chết không làm giảm đi một đời sống trung thành.

Nó chỉ kết thúc đời sống ấy.

Niềm hy vọng của người Kitô hữu không phải là chúng ta tránh được cái chết, mà là cái chết không thể xóa bỏ những gì mà sự vâng phục đã tạo nên. Những gì Chúa bắt đầu trong chúng ta, Ngài sẽ hoàn thành – ngay cả sau hơi thở cuối cùng của chúng ta.

Khám tim

Hãy ngồi suy ngẫm thật kỹ về những câu hỏi này.

1. **Nhận thức về sự hữu hạn của cuộc sống ảnh hưởng đến các ưu tiên của bạn như thế nào?**
2. **Trong cuộc sống của bạn, "kết thúc tốt đẹp" sẽ có ý nghĩa như thế nào?**
3. **Sự vâng lời có thể giúp bạn sống có chủ đích hơn ở những khía cạnh nào trong cuộc sống hiện đại?**

Bài thực hành hôm nay (Sống với cái kết trong tâm trí)
Phương pháp thực hành ngày nay là **sự điều chỉnh có chủ đích** .
Hãy chọn **một hoạt động hoặc quyết định** trong ngày hôm nay và tự hỏi:
"Điều này liệu có còn quan trọng nếu tôi đang ở những năm cuối đời?"
Hãy để câu hỏi đó giúp bạn đưa ra lựa chọn rõ ràng hơn.

Lời cầu nguyện
Lạy Cha,
xin dạy con sống với cái nhìn hướng về cõi vĩnh hằng. Xin giúp con ưu tiên sự trung tín hơn sự tích lũy và sự hòa hợp hơn sự lo lắng. Con tin rằng Ngài sẽ hoàn thành những gì Ngài bắt đầu và sự vâng lời của con có ý nghĩa vượt ra ngoài cuộc sống này. Con dâng hiến những ngày tháng của con cho Ngài .
Amen.

Tuyên ngôn
Hãy đọc to câu này:
Cuộc đời tôi hướng về cõi vĩnh hằng.
Sự vâng phục giúp tôi hoàn thành tốt đẹp. Cái chết không thể xóa bỏ công việc của Chúa trong tôi. Tôi sống trung thành với mục tiêu cuối cùng trong tâm trí. Niềm hy vọng của tôi được vững chắc trong Chúa Kitô.

Cam kết tuân phục

Hôm nay, tôi cam kết vâng phục với **lòng hướng thiện vĩnh cửu** .

Tôi buông bỏ nỗi sợ hãi về sự hữu hạn của cuộc sống và lựa chọn sự hòa hợp bền vững vượt qua cả cuộc đời mình.

Buổi định hướng kết thúc

Sự hữu hạn của cuộc sống làm sáng tỏ lòng vâng phục.

Ngày mai, chúng ta sẽ cùng tìm hiểu **cách sự vâng phục định hình lại sự hiểu biết của chúng ta về sự phục sinh—không chỉ là giáo lý đơn thuần, mà còn là niềm hy vọng hằng ngày** .

NGÀY THỨ HAI MƯƠI SÁU

Sống trọn vẹn sự Phục Sinh ngay bây giờ

Vì sao sự vâng lời được định hình bởi những điều chưa xảy ra

CÁC ĐOẠN KINH THÁNH TRỌNG TÂM

- **Rô-ma 6:4-5** — *Cũng như Đấng Christ đã sống lại từ cõi chết... chúng ta cũng có thể sống một đời sống mới.*
- **1 Cô-rinh-tô 15:19-22** — *Nếu chỉ vì đời này mà chúng ta có hy vọng nơi Đấng Christ...*
- **Cô-lô-xi 3:1-4** — *Hãy hướng lòng về những điều trên trời...*

Đọc Kinh Thánh (Đọc chậm)
"Cũng như Đấng Christ đã sống lại từ cõi chết nhờ vinh quang của Đức Chúa Cha,
chúng ta cũng vậy, được sống một đời sống mới."
— Rô-ma 6:4
Hãy chú ý đến thì.
Sự phục sinh định hình cách **chúng ta sống hiện nay** .

Suy niệm tâm linh
Sự phục sinh thường chỉ được coi là niềm hy vọng trong tương lai — điều mà chúng ta khẳng định về mặt giáo lý nhưng thực tế cuộc sống lại không hề thay đổi.
Kinh thánh bác bỏ sự phân tách đó.
Sự phục sinh của Chúa Kitô không chỉ là một sự kiện để ghi nhớ. Đó là một **thực tại cần được thể hiện** . Nó tuyên bố

rằng cái chết không có quyền lực tối cao, rằng thất bại không có tiếng nói cuối cùng, và rằng sự vâng lời không hề vô ích—ngay cả khi phải trả giá bằng tất cả mọi thứ.

Trước khi **C.S. Lewis** tự tin nói về sự phục sinh, ông đã học cách để niềm hy vọng vào tương lai định hình lại những lựa chọn hiện tại. Sự phục sinh định hình lại sự vâng phục bởi vì nó đảm bảo với chúng ta rằng những gì chúng ta dâng hiến sẽ không bị mất đi, và những gì chúng ta đầu tư vào Chúa Kitô sẽ không bị xóa bỏ.

Điều này làm thay đổi cách tính toán về sự vâng lời.

Nếu sự phục sinh là có thật, thì sự vâng lời không bao giờ là vô ích.

Nếu sự phục sinh là có thật, thì sự hy sinh không bao giờ là kết thúc. Nếu sự phục sinh chắc chắn, thì lòng trung thành luôn đáng giá.

Ngày thứ 26 mời bạn sống hướng về phía trước.

Sự vâng phục dựa trên niềm tin vào sự phục sinh không phải là sự lo lắng. Nó là sự vững vàng. Nó không bám víu chặt vào sự thoải mái hay kiểm soát bởi vì nó tin tưởng rằng Chúa sẽ phục hồi những gì đã mất. Niềm hy vọng về sự phục sinh làm cho chúng ta buông bỏ sự bám víu vào việc tự bảo vệ bản thân và củng cố quyết tâm sống chân thật ngay bây giờ.

Đó là lý do tại sao Kinh Thánh khuyên chúng ta "hãy hướng tâm trí về những điều trên trời". Không phải để trốn tránh hiện tại—mà là để **hiểu đúng về nó** . Sự phục sinh dạy chúng ta rằng hôm nay không phải là toàn bộ câu chuyện.

Những gì tưởng chừng đã mất có thể sẽ được phục sinh.

Những gì cảm thấy nhỏ bé có thể sẽ được tôn vinh.

Sự vâng phục trở nên can đảm khi nó là nền tảng vững chắc cho sự phục sinh.

Khám tim

Hãy ngồi suy ngẫm thật kỹ về những câu hỏi này.

1. **Niềm tin vào sự phục sinh ảnh hưởng đến các quyết định hàng ngày của bạn như thế nào, nếu có?**
2. **Những nỗi sợ hãi nào có thể tan biến nếu bạn tin tưởng rằng Chúa sẽ phục hồi những gì đã mất?**
3. **Chúa đang mời gọi bạn sống với niềm hy vọng vào tương lai, điều định hình sự vâng phục hiện tại, ở đâu?**

Thực hành hôm nay (Sự lựa chọn hướng đến sự phục sinh)

Thực tiễn ngày nay là **sự vâng lời hướng tới tương lai** .
Hãy chọn **một quyết định** trong ngày hôm nay mà bạn cảm thấy tốn kém, bất tiện hoặc không thể nhìn thấy.
Hãy cứ làm đi —
không phải vì cảm thấy dễ chịu, mà vì sự phục sinh đảm bảo điều đó có ý nghĩa.

Lời cầu nguyện

Lạy Cha,
xin neo giữ sự vâng phục của con trong niềm hy vọng phục sinh. Xin dạy con sống ngày hôm nay trong ánh sáng của những gì Ngài hứa ban cho ngày mai. Xin giải thoát con khỏi nỗi sợ mất mát và củng cố niềm tin của con rằng Ngài sẽ phục hồi mọi sự. Con sống như một người được sống lại cùng với Chúa Kitô. Amen.

Tuyên ngôn

Hãy đọc to câu này:
Tôi sống trong quyền năng của sự phục sinh của Chúa Kitô. Sự vâng phục không bao giờ vô ích. Điều tôi dâng hiến, Chúa sẽ phục hồi. Cuộc đời tôi được định hình bởi niềm hy vọng vĩnh cửu. Tôi bước tiếp với sự tự tin và đức tin.

Cam kết tuân phục

Hôm nay, tôi cam kết **sống theo tinh thần phục sinh** . Tôi buông bỏ nỗi sợ mất mát và sống trung tín trong ánh sáng của những gì Chúa sẽ hoàn thành.

Buổi định hướng kết thúc

Sự phục sinh thay đổi mọi thứ.

Ngày mai, chúng ta sẽ cùng tìm hiểu **cách sự vâng lời định hình lại mối quan hệ của chúng ta với sự phán xét—không phải là nỗi sợ hãi, mà là trách nhiệm bắt nguồn từ niềm hy vọng** .

NGÀY THỨ HAI MƯƠI BẢY

Phán xét không sợ hãi

Vì sao sự vâng lời giúp con người đối mặt với trách nhiệm một cách tự tin

CÁC ĐOẠN KINH THÁNH TRỌNG TÂM

- **2 Cô-rinh-tô 5:10** — *Tất cả chúng ta đều phải ra mắt trước tòa phán xét của Đấng Christ.*
- **Rô-ma 14:10-12** — *Mỗi người trong chúng ta sẽ phải trình bày về chính mình trước mặt Đức Chúa Trời.*
- **1 Giăng 4:17-18** — *Tình yêu trọn vẹn xua tan mọi sợ hãi…*

Đọc Kinh Thánh (Đọc chậm)
"Tình yêu thương giữa chúng ta được trọn vẹn như thế này, để chúng ta có được sự tự tin trong ngày phán xét."
— 1 Giăng 4:17
Dừng lại.
Hãy chú ý đến từ **"tự tin"** , chứ không phải "sợ hãi".

Suy niệm tâm linh
Phán xét là một trong những chủ đề bị hiểu sai nhiều nhất trong đức tin Kitô giáo.
Nhiều tín đồ âm thầm sợ hãi điều đó. Những người khác thì hoàn toàn né tránh. Chúng ta hình dung sự phán xét như sự phơi bày không khoan nhượng, sự đánh giá không ân điển, sự chịu trách nhiệm không có mối quan hệ. Kinh Thánh đưa

ra một bức tranh khác: sự phán xét không phải là kẻ thù của sự vâng phục—mà là **điều làm sáng tỏ sự vâng phục** . Phán xét cho thấy sự vâng phục nào đã được hình thành từ trước.

Trước khi **C.S. Lewis** thẳng thắn nói về trách nhiệm giải trình, ông đã trăn trở với ý nghĩ rằng sự phán xét của Chúa sẽ tùy tiện hoặc tàn khốc. Thay vào đó, ông khám phá ra rằng sự phán xét, nếu được hiểu đúng, là sự phơi bày thực tại. Nó cho thấy những gì đã được hình thành, những gì đã tồn tại và những gì phù hợp với chân lý.

Đánh giá không phải là so sánh,
mà là sự tương ứng.

Nó cho thấy liệu cuộc sống của chúng ta có phù hợp với lẽ thật mà chúng ta đã tuyên xưng hay không. Đó là lý do tại sao Kinh Thánh liên kết sự phán xét với tình yêu thương.

Nơi nào sự vâng lời xuất phát từ tình yêu thương, thì nỗi sợ hãi sẽ mất đi sức ảnh hưởng. Nơi nào sự vâng lời là chân thành—dù không hoàn hảo—thì sự phán xét trở thành sự xác nhận hơn là sự lên án.

Nỗi sợ hãi nảy sinh khi sự vâng lời chỉ mang tính hình thức.

Sự tự tin phát triển khi sự vâng lời xuất phát từ lòng trung thực.

Ngày thứ 27 mời bạn xem xét cách bạn nhìn nhận trách nhiệm giải trình.

Nếu việc phán xét khiến bạn cảm thấy sợ hãi, có thể là do sự vâng lời xuất phát từ nỗi sợ hãi hoặc hình ảnh. Nếu việc phán xét mang lại sự sáng tỏ, đó là vì sự vâng lời bắt nguồn từ sự phù hợp hơn là từ thành tích.

Chúa không phán xét để làm nhục.

Ngài phán xét để vạch trần sự thật.

Phán xét hoàn tất quá trình hình thành bằng cách gọi tên những gì là chân lý. Nó khẳng định những gì sự vâng phục đã âm thầm hình thành theo thời gian. Đối với những người bước đi trong Chúa Kitô, phán xét không phải là mối đe dọa—mà là một lời chứng.

Khám tim

Hãy ngồi suy ngẫm thật kỹ về những câu hỏi này.

1. **Những cảm xúc nào nảy sinh khi bạn nghĩ về trách nhiệm trước mặt Chúa?**
2. **Nỗi sợ bị phán xét có thể bộc lộ sự phục tùng theo định hướng hiệu quả ở những trường hợp nào?**
3. **Sự vâng phục xuất phát từ tình yêu thương có thể định hình lại sự tự tin của bạn trước mặt Chúa như thế nào?**

Thực hành ngày nay (Sự phù hợp trung thực)

Phương pháp thực hành ngày nay là **đánh giá trung thực** .
Cuối cùng, hãy lặng lẽ tự hỏi mình:
"Cuộc sống của tôi hôm nay đã phù hợp với chân lý ở điểm nào?"
Hãy tạ ơn Chúa vì những điều chân thành.
Hãy buông bỏ những điều không chân thành.
Không có gì phải xấu hổ cả.
Chỉ cần trung thực thôi.

Lời cầu nguyện

Lạy Cha,
con cảm ơn Cha vì sự phán xét của Cha bắt nguồn từ lẽ thật và tình yêu thương. Xin Cha cất đi nỗi sợ hãi nơi con đã hiểu sai về trách nhiệm. Xin Cha dạy con sự vâng phục không che giấu và lòng trung thành đứng vững trong ánh sáng. Con tin tưởng Cha sẽ hoàn thành những gì Cha đang hình thành trong con.
Amen.

Tuyên ngôn

Hãy đọc to câu này:

Tôi đối diện với trách nhiệm với niềm tin nơi Chúa Kitô. Sự vâng phục giúp cuộc sống tôi phù hợp với lẽ thật. Sự phán xét của Chúa cho thấy điều gì là thật, chứ không phải điều gì đáng sợ. Tình yêu xua tan nỗi sợ hãi trong sự vâng phục của tôi. Tôi sống trung thực trước mặt Chúa.

Cam kết tuân phục

Hôm nay, tôi cam kết **tuân phục một cách minh bạch** . Tôi sẽ không trốn tránh trách nhiệm hay cố gắng lấy lòng người khác. Tôi chọn sự nhất quán bắt nguồn từ tình yêu thương và sự thật.

Buổi định hướng kết thúc

Phán xét làm sáng tỏ những gì mà sự vâng lời đã tạo nên. Ngày mai, chúng ta sẽ cùng tìm hiểu **cách sự vâng lời định hình lại nhận thức của chúng ta về phần thưởng—không phải là sự đền đáp, mà là sự tham gia vào niềm vui của Chúa** .

NGÀY THỨ HAI MƯƠI TÁM

SỐNG NHƯ SỨ GIẢ CỦA CHÚA KITÔ MỖI NGÀY

CÁC ĐOẠN KINH THÁNH TRỌNG TÂM

" Phần thưởng không cần giao dịch"

Vì sao sự vâng lời dẫn đến niềm vui, chứ không phải tiền lương?

Các đoạn Kinh Thánh trọng tâm

- **Ma-thi-ơ 25:21** — *Hỡi người đầy tớ tốt và trung tín, ngươi hãy vào hưởng niềm vui của chủ mình.*
- **Hê-bơ-rơ 11:6** — *Ngài ban thưởng cho những ai hết lòng tìm kiếm Ngài.*
- **Thi Thi thiên 16:11** — *Trong sự hiện diện của Ngài có sự vui mừng trọn vẹn.*

Đọc Kinh Thánh (Đọc chậm)

"Người đầy tớ tốt và trung tín, ngươi đã làm tốt lắm...
hãy vào hưởng niềm vui của chủ ngươi!"
— Ma-thi-ơ 25:21

Hãy dừng lại.

Hãy nhận ra rằng phần thưởng là **niềm vui** , chứ không phải là sự đền bù.

Suy niệm tâm linh

Phần thưởng thường bị hiểu nhầm là tiền công.

Theo bản năng, chúng ta coi sự vâng lời như lao động và phần thưởng như tiền lương—nếu chúng ta làm đủ, Chúa nợ chúng ta điều gì đó. Kinh Thánh nhẹ nhàng nhưng kiên quyết bác bỏ khuôn khổ này. Chúa không ban thưởng cho sự vâng lời vì Ngài có nghĩa vụ. Ngài ban thưởng cho sự vâng lời bằng cách **chia sẻ niềm vui của Ngài** .

Phần thưởng mang tính tương quan.

Trước khi **C.S. Lewis** hiểu đúng về phần thưởng trong Cơ Đốc giáo, ông đã đấu tranh với ý tưởng rằng phần thưởng làm giảm giá trị đức hạnh. Ông cho rằng lòng tốt đích thực phải vị tha—rằng phần thưởng sẽ làm giảm giá trị sự vâng lời. Thay vào đó, điều ông khám phá ra đã mang tính đột phá: Phần thưởng của Chúa không phải là những giải thưởng bên ngoài; chúng là sự viên mãn tự nhiên của sự hòa hợp.

Phần thưởng làm cho sự vâng phục trọn vẹn bằng cách đưa chúng ta đến gần Chúa hơn.

Khi sự vâng lời chỉ mang tính chất giao dịch, niềm vui sẽ dễ vỡ.

Khi sự vâng lời xuất phát từ mối quan hệ, niềm vui sẽ đến một cách tất yếu.

Kinh Thánh luôn chỉ ra rằng niềm vui là kết quả của sự trung tín. Không phải sự phấn khích. Không phải sự thích thú. Niềm vui – bền vững, lâu dài, được chia sẻ. Sự vâng lời không giúp ta giành được tình yêu của Chúa; nó giúp chúng ta trải **nghiệm tình yêu ấy trọn vẹn hơn** .

Ngày thứ 28 mời bạn xem xét cách bạn suy nghĩ về phần thưởng.

Nếu bạn vâng lời với mong đợi được đền đáp, sự thất vọng thường sẽ đến.

Nếu bạn vâng lời để giữ vững sự đồng thuận, niềm vui sẽ âm thầm lớn lên.

Chúa không đứng ở cuối danh sách những người vâng lời để ghi chép lại.

Ngài đứng với vòng tay rộng mở, mời gọi chúng ta tiến sâu hơn vào lòng Ngài.

Niềm vui của sự vâng lời không phải là sự thỏa mãn chậm trễ.
Đó là sự tham gia sâu sắc hơn.

Khám tim

Hãy ngồi suy ngẫm thật kỹ về những câu hỏi này.

1. **Bạn đã vô thức đối xử với sự vâng lời như thế nào—như một nghĩa vụ hay một mối quan hệ?**
2. **Bạn mong đợi Chúa sẽ "đền đáp" lòng trung thành của bạn ở đâu?**
3. **Việc vâng lời chỉ để giữ mối quan hệ gần gũi với Chúa sẽ như thế nào?**

Bài thực hành hôm nay (Sự vâng phục hướng đến niềm vui)

Phương pháp thực hành ngày nay là **sự vâng phục trong mối quan hệ** .
Hãy chọn **một hành động vâng phục** trong ngày hôm nay—cầu nguyện, phục vụ, kiềm chế, quảng đại.
Trước khi làm điều đó, hãy cầu nguyện:
"Lạy Chúa, con làm điều này để được ở gần Ngài."
Sau đó, hãy tạm dừng một chút và cảm nhận bất kỳ niềm vui hay sự bình yên thầm lặng nào.

Lời cầu nguyện

Lạy Cha,
xin giải thoát con khỏi đức tin chỉ mang tính giao dịch. Xin dạy con sự vâng phục vui mừng trong sự hiện diện của Ngài. Xin cho niềm vui, chứ không phải nghĩa vụ, định hình lòng trung thành của con. Con nhận phần thưởng như một mối quan hệ, chứ không phải như một sự trả giá. Con bước vào niềm vui của Ngài. Amen.

Tuyên ngôn

Hãy đọc to câu này:
Sự vâng phục dẫn tôi đến niềm vui của Chúa.
Tôi không kiếm được phần thưởng—mà tôi nhận được nó.
Lòng trung thành của tôi đưa tôi đến gần Chúa hơn. Niềm vui lớn lên khi sự hòa hợp được duy trì. Tôi vui mừng trong Chúa.

Cam kết tuân phục

Hôm nay, tôi cam kết **sống vâng phục với niềm vui làm trọng tâm** .
Tôi từ bỏ kỳ vọng về phần thưởng như một sự đền đáp và chọn lòng trung thành như một mối quan hệ.

Buổi định hướng kết thúc

Niềm vui âm thầm sâu đậm.
Ngày mai, chúng ta sẽ cùng tìm hiểu **cách sự vâng phục định hình lại sự hiểu biết của chúng ta về đức tin—không phải là sự chắc chắn tuyệt đối, mà là niềm tin hướng về phía trước** .

NGÀY THỨ HAI MƯƠI CHÍN

Đức tin tiến bước về phía trước

Vì sao sự vâng lời không cần chờ đợi sự chắc chắn

CÁC ĐOẠN KINH THÁNH TRỌNG TÂM

- **2 Cô-rinh-tô 5:7** — *Vì chúng ta sống bằng đức tin chứ không phải bằng sự thấy.*
- **Hê-bơ-rơ 11:1, 8** — *Đức tin là sự tin chắc vào điều mình trông mong… Áp-ra-ham vâng lời và ra đi, dù ông không biết mình sẽ đi đâu.*
- **Châm ngôn 3:5-6** — *Hãy tin cậy Chúa hết lòng…*

Đọc Kinh Thánh (Đọc chậm)
"Vì chúng ta sống bằng đức tin chứ không phải bằng sự thấy."
— 2 Cô-rinh-tô 5:7
Hãy dừng lại.
Lưu ý rằng đức tin được mô tả như **một sự vận động** , chứ không phải là một kết luận.

Suy niệm tâm linh
Nhiều người cho rằng đức tin đòi hỏi sự chắc chắn.
Chúng ta chờ đợi sự rõ ràng trước khi hành động. Chúng ta muốn có sự chắc chắn trước khi vâng lời. Chúng ta kỳ vọng đức tin sẽ loại bỏ sự mơ hồ, những câu hỏi và rủi ro. Kinh Thánh trình bày một khuôn mẫu khác: đức tin thường bắt đầu **trước khi sự chắc chắn đến** .
Đức tin không phải là biết con đường dẫn đến đâu.
Đức tin là tin tưởng vào Đấng dẫn dắt.

Trước khi **C.S. Lewis** hoàn toàn đón nhận đức tin Cơ đốc, một trong những khó khăn lớn nhất của ông là mất đi sự kiểm soát. Đức tin đòi hỏi ông phải tiến về phía trước mà không cần những câu trả lời trọn vẹn. Ông không hành động vì mọi câu hỏi đã được giải đáp; ông hành động vì sự trung thực đòi hỏi lòng tin.

Đây là một điều vô cùng hiện đại.

Chúng ta sống trong một nền văn hóa coi trọng sự chắc chắn, bằng chứng và sự đảm bảo. Đức tin làm đảo lộn tư thế đó. Nó không bác bỏ lý trí—nhưng nó từ chối bị chi phối bởi nỗi sợ hãi về điều chưa biết. Sự vâng phục bắt nguồn từ đức tin không chờ đợi sự hiểu biết hoàn toàn. Nó tiến bước với ánh sáng chưa trọn vẹn.

Ngày thứ 29 mời bạn xem xét xem liệu bạn có đang chờ đợi sự chắc chắn thay vì thực hành lòng tin hay không.

Đức tin không xóa bỏ những câu hỏi.

Nó đưa ra quyết định bất chấp những câu hỏi đó.

Sự vâng phục là biểu hiện hữu hình của đức tin. Nó cho thấy chúng ta tin tưởng điều gì hơn—sự hiểu biết của chúng ta hay sự thành tín của Chúa. Khi đức tin chỉ gói gọn trong sự đồng thuận, nó sẽ trì trệ. Khi đức tin trở thành hành động, nó sẽ phát triển.

Sống bằng đức tin không có nghĩa là hành động liều lĩnh.

Nó có nghĩa là tin tưởng và đáp lại đức tin đó.

Chúa thường chỉ tiết lộ bước tiếp theo sau khi sự vâng phục được lựa chọn. Đức tin được hình thành không phải từ quyết tâm, mà từ hành động.

Khám tim

Hãy ngồi suy ngẫm thật kỹ về những câu hỏi này.

1. **Bạn còn chờ đợi sự chắc chắn ở đâu trước khi tuân lệnh?**
2. **Những nỗi sợ hãi nào xuất hiện khi cảm thấy sự rõ ràng vẫn chưa trọn vẹn?**

3. **Chúa đang mời gọi bạn thực hiện bước tin tưởng nào ngay bây giờ?**

Bài thực hành hôm nay (Đức tin trong hành động)
Bài tập hôm nay là **sự vận động tuân phục** .
Hãy xác định **một bước nhỏ trong việc tuân thủ** mà bạn đã trì hoãn vì muốn có thêm sự rõ ràng.
Hãy thực hiện bước đó ngay hôm nay.
Đừng vội vàng.
Đừng làm quá lên.
Cứ di chuyển đi.

Lời cầu nguyện
Lạy Cha,
xin dạy con đức tin vững vàng hướng về phía trước. Xin giải thoát con khỏi nhu cầu về sự chắc chắn tuyệt đối và củng cố lòng tin của con nơi Ngài. Xin giúp con vâng phục với ánh sáng con đang có và tin tưởng Ngài sẽ dẫn dắt bước tiếp theo. Con đặt trọn niềm tin nơi Ngài. Amen.

Tuyên ngôn
Hãy đọc to câu này:
Tôi sống bằng đức tin, không phải bằng thị giác.
Sự vâng phục không chờ đợi sự chắc chắn. Chúa dẫn dắt bước chân tôi khi tôi tiến về phía trước. Tôi tin tưởng Ngài vượt quá sự hiểu biết của tôi. Đức tin của tôi luôn năng động và sống động.

Cam kết tuân phục
Hôm nay, tôi cam kết **vâng phục với niềm tin trọn vẹn** .
Tôi sẽ không trì hoãn việc hòa hợp trong khi chờ đợi sự sáng tỏ hoàn hảo. Tôi chọn tin tưởng và tiến về phía trước.

Buổi định hướng kết thúc

Bạn sắp kết thúc hành trình rồi.

Ngày mai, chúng ta sẽ cùng tìm hiểu **cách sự vâng lời định hình lại nhận thức của chúng ta về sự hoàn thiện—không phải là sự đến đích, mà là lòng trung thành suốt đời** .

NGÀY THỨ BA MƯƠI

Lòng trung thành không có điểm kết thúc

Vì sao vâng lời là một lối sống, chứ không phải là một đích đến

CÁC ĐOẠN KINH THÁNH TRỌNG TÂM

- **Phi-líp 3:12-14** — *Tôi chưa phải đã đạt được tất cả những điều đó rồi… nhưng tôi vẫn cứ tiến tới.*
- **Lu-ca 9:62** — *Ai đã đặt tay vào cày mà còn ngoái nhìn lại thì không xứng đáng vào vương quốc của Đức Chúa Trời.*
- **Hê-bơ-rơ 12:1-2** — *Chúng ta hãy kiên trì chạy cuộc đua đã được định sẵn cho chúng ta.*

Đọc Kinh Thánh (Đọc chậm)
"Tôi chưa nói rằng mình đã đạt được tất cả những điều đó, hoặc đã đến đích rồi, nhưng tôi vẫn cứ tiếp tục tiến tới…"
— Phi-líp 3:12
Dừng lại.
Hãy để ý rằng ngay cả sự trưởng thành cũng từ chối ngôn ngữ của sự đạt đến đích.

Suy niệm tâm linh
Chúng ta thường có xu hướng coi sự vâng lời như một dự án.
Chúng ta thường tìm kiếm những cột mốc, những dấu hiệu hoàn thành, những khoảnh khắc mà cuối cùng ta có thể nói, *"Tôi đã đạt được mục tiêu."* Kinh Thánh nhẹ nhàng bác bỏ kỳ

vọng này. Đời sống Cơ Đốc không kết thúc bằng sự thành thạo—mà tiếp tục trong sự trung tín.

Trong Kinh Thánh, sự hoàn thiện không phải là việc kết thúc quá trình trở thành,

mà là việc duy trì được sự phù hợp.

Trước khi **C.S. Lewis** bước vào những năm cuối đời, sự vâng phục đã dạy ông một điều vô cùng quan trọng: không có hình thức đức tin nào mà sự phát triển không còn cần thiết. Ngay cả sự sáng suốt cũng mời gọi sự quy phục sâu sắc hơn. Ngay cả sự trưởng thành cũng đòi hỏi sự khiêm nhường liên tục.

Phaolo – một trong những tiếng nói được hình thành sâu sắc nhất về mặt tâm linh trong Kinh Thánh – đã từ chối nói như thể ông đã đạt đến đích. Thay vào đó, ông tiếp tục tiến bước. Thái độ này bảo vệ sự vâng phục khỏi sự kiêu ngạo và giữ cho đức tin luôn linh hoạt chứ không trì trệ.

Ngày thứ 30 mời bạn từ bỏ quan niệm về sự hoàn thành như là đích đến.

Sự vâng lời không dẫn đến sự thoải mái.

Nó dẫn đến **sự nhất quán** .

Lòng trung thành không phải là điều kịch tính. Nó là sự kiên định. Đó là việc lựa chọn tiếp tục giữ vững lập trường vào ngày mai. Đó là việc tiếp tục cuộc đua mà không cần tiếng vỗ tay, không cần sự chắc chắn, không cần ảo tưởng rằng công việc đã hoàn thành.

Điều này không hề gây nản lòng.

Ngược lại, nó mang lại sự tự do.

Bạn không cần phải đạt đến một phiên bản hoàn hảo của chính mình.

Bạn được mời gọi hãy giữ vững sự trung thành trong quá trình hình thành bản thân.

Chúa hoàn thành công việc của Ngài không phải bằng cách thúc ép chúng ta đến đích nhanh chóng, mà bằng cách nâng đỡ và duy trì chúng ta suốt hành trình.

Khám tim

Hãy ngồi suy ngẫm thật kỹ về những câu hỏi này.

1. **Bạn đã từng bị cám dỗ đánh giá đời sống tâm linh bằng sự đạt được thành quả thay vì sự trung thành trong những trường hợp nào?**
2. **Bạn nghĩ sao về quan điểm cho rằng quá trình hình thành nhân cách tiếp diễn suốt đời?**
3. **Việc "kiên trì tiến lên" thể hiện như thế nào trong cuộc sống của bạn hiện nay?**

Thực hành hôm nay (Cam kết bền bỉ)

Phương pháp thực hành ngày nay là **định hướng lại** .
Hãy cầu nguyện điều này một cách chậm rãi:
"Lạy Chúa, con nguyện vâng phục Ngài một cách trung thành hôm nay và cả ngày mai nữa."
Không có giải pháp.
Không có đích đến. Chỉ là sự đồng nhất.

Lời cầu nguyện

Lạy Cha,
xin giải thoát con khỏi ảo tưởng về đích đến. Xin dạy con lòng trung thành bền vững theo thời gian. Xin giúp con tiếp tục tiến bước với lòng khiêm nhường, kiên nhẫn và tin tưởng. Con đặt tay vào cày và quyết định không ngoảnh lại. Xin nâng đỡ con khi Ngài tiếp tục công việc của Ngài trong con. Amen.

Tuyên ngôn

Hãy đọc to câu này:
Tôi không sống vì đích đến—tôi sống vì sự hòa hợp.
Vâng lời là sứ mệnh suốt đời của tôi. Tôi tiếp tục tiến bước với lòng trung thành và niềm tin. Chúa đang hoàn thành công việc của Ngài trong tôi theo thời gian. Tôi luôn vững vàng trong cuộc đua được đặt ra trước mắt.

Cam kết tuân phục
Hôm nay, tôi cam kết **trung thành suốt đời** .
Tôi từ bỏ nhu cầu hoàn thành như một đích đến và chọn sự vâng phục bền bỉ như lối sống của mình.

Buổi định hướng kết thúc
Đây không phải là kết thúc.
Đó là một **tư thế vững chắc** .
Những điều tiếp theo sẽ không tạo thêm áp lực
mà sẽ giúp việc luyện tập sâu sắc hơn.

NGÀY THỨ BA MƯƠI MỘT

Cuộc sống của bạn như một văn bản

Khi sự vâng lời chuyển từ việc đọc sang việc sống

Các đoạn Kinh Thánh trọng tâm

- **2 Cô-rinh-tô 3:2-3** — *Chính anh em là bức thư của chúng tôi… được viết không phải bằng mực, nhưng bằng Thánh Linh của Đức Chúa Trời hằng sống.*
- **Ma-thi-ơ 7:24–27** — *Người khôn ngoan thực hành những lời này.*
- **Gia-cơ 1:23-25** — *Ai chăm chú nhìn… và không quên, nhưng nhớ lại, thì sẽ được phước.*

Đọc Kinh Thánh (Đọc chậm)
"Chính anh em là bức thư của chúng tôi,
được viết trong lòng chúng tôi, được mọi người biết đến và đọc."
— 2 Cô-rinh-tô 3:2
Dừng lại.
Hãy chú ý xem **người đang được đọc là ai** .

Suy niệm tâm linh
Cho đến thời điểm này, bạn đã đọc về cuộc đời của các nhân vật, Kinh Thánh và chân lý.
Từ đây trở đi, **cuộc sống của bạn sẽ trở thành văn bản** .
Sự hình thành đức tin Cơ đốc không kết thúc ở việc hiểu biết. Nó đạt đến đỉnh cao ở sự thể hiện. Kinh Thánh không hỏi liệu chân lý có được ngưỡng mộ hay không—mà hỏi liệu chân lý có được *sống hay không* . Thước đo cuối cùng của hành trình này không phải là những gì bạn đã tiếp thu, mà là những gì đã bắt đầu định hình những lựa chọn hằng ngày của bạn.
Đây là điểm mà nhiều tín đồ còn do dự.
Đọc thì an toàn hơn là thực hành.
Suy ngẫm thì an toàn hơn là sắp xếp lại. Đồng ý thì an toàn hơn là thể hiện.
Tuy nhiên, Kinh Thánh khẳng định rằng thế giới gặp gỡ Chúa Kitô không chủ yếu qua các văn bản, mà qua **con người** . Qua giọng điệu, sự đáp lại, lòng kiên nhẫn, sự kiềm

chế, lòng can đảm, lòng thương xót và lòng trung thành được thể hiện một cách thầm lặng ở những nơi bình dị.
Ngày thứ 31 đánh dấu một sự thay đổi.
Bạn không còn đọc về sự vâng lời nữa.
Bạn đang được mời gọi để **trở nên dễ hiểu hơn** .
Những thói quen, mối quan hệ, phản ứng và trách nhiệm của bạn giờ đây đều mang trọng lượng. Câu hỏi không còn là *"Điều này có nghĩa là gì?"* mà là *"Bạn sẽ sống với điều này như thế nào?"*
Bạn không cần một vai trò hay vị trí mới.
Bạn cần sự phù hợp với vị trí hiện tại của mình.
Thánh Linh viết rõ ràng nhất ở những nơi mà sự vâng phục được thực hành một cách nhất quán—trong nhà bếp, văn phòng, các cuộc trò chuyện, những thất vọng, những quyết định mà không ai khác để ý. Đây là nơi những bức thư sống động được hình thành.
Từ thời điểm này trở đi, mỗi ngày sẽ là **một tình huống thực tế** , chứ không phải một bài học. Bạn không cần phải phân tích nó. Bạn cần phải sống trọn vẹn trong tình huống đó.

Khám tim

Hãy ngồi suy ngẫm thật kỹ về những câu hỏi này.

1. **Cuộc sống của bạn đang được người khác "đọc" ở những khía cạnh nào?**
2. **Những thói quen nào trong cuộc sống thường nhật của bạn thể hiện rõ nhất niềm tin tôn giáo của bạn?**
3. **Sống với nhận thức rằng cuộc đời mình là một nhân chứng sẽ có ý nghĩa như thế nào?**

Bài thực hành hôm nay (Sự hiện diện có chủ đích)

Bài tập hôm nay là **sự điều chỉnh có ý thức** .

Hãy chọn **một hoàn cảnh bình thường** mà bạn sẽ gặp hôm nay—công việc, nhà, cuộc trò chuyện, việc vặt.
Trước khi bước vào, hãy cầu nguyện:
"Lạy Chúa, xin cho cuộc đời con được ghi lại ở đây."
Sau đó tiếp tục như bình thường—nhưng hãy chú ý.

Lời cầu nguyện

Lạy Cha,
con dâng lên Cha cuộc đời bình dị của con. Xin dạy con sống sao cho phản ánh chân thật, không giả tạo hay gượng ép. Xin ghi dấu ân điển của Cha vào hành động, lời nói và phản ứng của con. Xin cho cuộc đời con nói lên điều đó một cách nhẹ nhàng và rõ ràng. Amen.

Tuyên ngôn

Hãy đọc to câu này:
Cuộc đời tôi là một bức thư sống động về Chúa Kitô. Thần của Chúa đang viết nên bức thư ấy qua sự vâng phục của tôi. Tôi sống một cách chăm chú và trung thành. Cuộc sống hằng ngày của tôi làm chứng cho lẽ thật. Tôi đang trở nên dễ hiểu hơn đối với thế giới.

Cam kết tuân phục

Hôm nay, tôi quyết tâm **sống có chủ đích** .
Tôi chọn sự tỉnh thức thay vì lối sống tự động và sự hài hòa thay vì sự vô hình.

Buổi định hướng kết thúc

Từ đây trở đi, trọng tâm sẽ thu hẹp lại.
Không hướng đến thần học,
mà hướng đến **thực hành** .
Ngày mai, chúng ta sẽ tìm hiểu **cách thể hiện sự vâng lời thông qua phản ứng của chúng ta khi chịu áp lực** .

NGÀY THỨ BA MƯƠI HAI

Điều gì sẽ xuất hiện dưới áp lực?

Sự vâng lời được bộc lộ như thế nào khi mất kiểm soát

Các đoạn Kinh Thánh trọng tâm

- **Lu-ca 6:43-45** — *Từ trong lòng mà nói ra những điều đã đầy tràn.*
- **Châm ngôn 4:23** — *Hãy giữ gìn tấm lòng mình, vì mọi việc bạn làm đều xuất phát từ đó.*
- **1 Phi-e-rơ 1:6-7** — *Thử thách đến để chứng tỏ đức tin chân thật của anh em.*

Đọc Kinh Thánh (Đọc chậm)

"Vì miệng nói ra những điều lòng đầy ắp."
— Lu-ca 6:45
Dừng lại.
Hãy lưu ý rằng áp lực không tạo ra nội dung—mà nó **làm lộ ra** nội dung.

Suy niệm tâm linh

Áp lực là yếu tố vạch trần sự thật.
Nó không tạo ra những phản ứng mới; nó phơi bày những cấu trúc đã tồn tại. Khi mất kiểm soát—do căng thẳng, gián đoạn, xung đột hoặc thất vọng—những gì nổi lên cho chúng ta thấy sự phục tùng đã định hình điều gì bên dưới bề mặt. Điều này tuy khó chịu nhưng cũng giúp làm sáng tỏ vấn đề.

Chúng ta thường tự đánh giá bản thân dựa trên ý định. Chúa hình thành chúng ta qua **phản ứng** . Dưới áp lực, ý định nhường chỗ cho bản năng. Và bản năng nói lên sự thật về những gì đã bén rễ.

Ngày thứ 32 mời bạn nhìn nhận áp lực không phải là kẻ thù, mà là nguồn thông tin.

Nếu sự thiếu kiên nhẫn xuất hiện, nó cho thấy sự vội vã vẫn còn chi phối.

Nếu thái độ phòng thủ nổi lên, nó cho thấy sự kiểm soát vẫn còn nắm giữ. Nếu sự dịu dàng xuất hiện, nó cho thấy sự vâng lời đã âm thầm hoàn thành nhiệm vụ của nó.

Áp lực không có nghĩa là thất bại.

Nó có nghĩa là sự bộc lộ.

Chúa dùng áp lực để giúp chúng ta tập trung vào sự hài hòa – không phải để làm chúng ta xấu hổ, mà để chỉ cho chúng ta thấy quá trình hình thành vẫn đang diễn ra ở đâu. Những khoảnh khắc này là lời mời gọi, không phải lời buộc tội.

Bạn không được yêu cầu loại bỏ áp lực.

Bạn được mời học hỏi từ áp lực.

Khi sự vâng lời đã định hình trái tim, áp lực trở thành bằng chứng. Nó cho thế giới thấy điều gì đang chi phối bạn khi hoàn cảnh không thuận lợi.

Khám tim

Hãy ngồi suy ngẫm thật kỹ về những câu hỏi này.

1. **Những phản ứng nào thường xuất hiện khi bạn đang chịu áp lực?**
2. **Những phản ứng đó tiết lộ điều gì về những gì vẫn đang được hình thành?**
3. **Làm thế nào áp lực có thể trở thành người thầy thay vì mối đe dọa?**

Bài tập hôm nay (Phản hồi chú ý)

Phương pháp thực hành ngày nay là **phản ứng chậm dưới áp lực** .

Khi có điều gì đó làm gián đoạn kế hoạch của bạn hôm nay—sự chậm trễ, sự bực bội, sự gián đoạn—hãy tạm dừng trước khi phản ứng.

Hít một hơi thật sâu.

Sau đó, hãy chọn câu trả lời phù hợp với sự thật chứ không phải theo cảm tính.

Đừng hướng đến sự hoàn hảo.

Hãy hướng đến sự nhận thức.

Lời cầu nguyện

Lạy Cha,

con cảm ơn Cha đã cho con thấy áp lực bộc lộ điều gì. Xin dạy con biết phản ứng một cách có suy nghĩ thay vì phản xạ. Xin dùng những lúc khó khăn để củng cố sự trung thành của con, chứ không phải để làm suy yếu sự vâng lời của con. Xin uốn nắn tấm lòng con trong nơi mà sự kiểm soát bị thử thách. Amen.

Tuyên ngôn

Hãy đọc to câu này:

Áp lực cho thấy những gì Chúa đang hình thành trong tôi. Tôi phản ứng bằng sự nhận thức, không phải bằng sự bốc đồng. Sự vâng lời định hình phản ứng của tôi khi gặp áp lực. Chúa dùng áp lực để củng cố sự hòa hợp. Tôi vẫn giữ vững lập trường khi sự kiểm soát bị thử thách.

Cam kết tuân phục

Hôm nay, tôi quyết tâm **đáp lại một cách chăm chú** .

Tôi sẽ không sợ áp lực hay trốn tránh những gì nó bộc lộ.

Tôi cho phép Chúa sử dụng nó để định hình tôi.

Buổi định hướng kết thúc

Áp lực không làm đảo ngược quá trình hình thành.
Nó **chỉ làm lộ ra** quá trình đó.
Ngày mai, chúng ta sẽ cùng tìm hiểu **cách thể hiện sự vâng lời thông qua sự nhất quán trong những lựa chọn nhỏ, lặp đi lặp lại** .

NGÀY THỨ BA MƯƠI BA

Được hình thành bởi những gì bạn lặp lại

Vì sao sự vâng lời được xây dựng qua những lựa chọn nhỏ bé, trung thành?

Các đoạn Kinh Thánh trọng tâm

- **Lu-ca 16:10** — *Ai trung thành trong việc nhỏ thì cũng trung thành trong việc lớn.*
- **Ga-la-ti 6:7-9** — *Đừng nản lòng khi làm điều thiện…*
- **Thi Thi thiên 1:1-3** — *Người ấy giống như cây trồng bên bờ suối…*

Đọc Kinh Thánh (Đọc chậm)
"Ai trung thành trong việc nhỏ thì cũng trung thành trong việc lớn."
— Lu-ca 16:10
Hãy dừng lại.
Hãy nhận ra rằng lòng chung thủy được đo lường **qua thời gian** , chứ không phải trong chốc lát.

Suy niệm tâm linh
Hầu hết quá trình hình thành diễn ra một cách lặng lẽ. Không phải trong những khoảnh khắc quyết định, mà là trong những lần lặp đi lặp lại. Không phải thông qua sự vâng lời kịch tính, mà là thông qua sự nhất quán. Kinh Thánh nhiều lần khẳng định chân lý này: con người chúng ta trở thành được định hình nhiều hơn bởi những việc chúng

ta làm **thường xuyên** hơn là những việc chúng ta làm **thỉnh thoảng** .

Chúng ta thường đánh giá quá cao sức mạnh của một lựa chọn đơn lẻ và đánh giá thấp sức mạnh của sự lặp lại.

Sự vâng lời, nếu được thực hành nhất quán, sẽ trở thành tính cách. Những hành động nhỏ, được lặp đi lặp lại mỗi ngày, sẽ tạo thành những khuôn mẫu mà cuối cùng trở nên tự nhiên. Đây là cách mà sự hài hòa được thiết lập trong cơ thể và ý chí—không phải thông qua sự mãnh liệt, mà thông qua lòng trung thành.

Ngày thứ 33 mời bạn nhìn nhận một cách trung thực về nhịp sinh học của mình.

Tính nhất quán thể hiện lòng trung thành.

Những gì bạn lặp đi lặp lại cho thấy điều gì đang chi phối bạn. Theo thời gian, sự vâng lời lặp đi lặp lại sẽ ổn định ham muốn, định hình lại bản năng và neo giữ phản ứng. Đó là lý do tại sao Kinh Thánh so sánh người trung tín với một cái cây—bám rễ, được nuôi dưỡng, vững vàng. Sự phát triển chậm nhưng chắc chắn.

Tính kiên định cũng giúp chúng ta tránh khỏi sự nản lòng. Khi chúng ta chỉ tìm kiếm sự tiến bộ trong những thay đổi đột phá, chúng ta sẽ bỏ lỡ những gì đang âm thầm hình thành. Chúa thường hành động mà không cần nhìn thấy, củng cố gốc rễ trước khi đơm hoa kết trái. Sự lặp lại rèn luyện lòng tin. Nó cho phép sự vâng lời tồn tại lâu hơn cảm xúc, động lực và tâm trạng.

Ngày nay, bạn không cần sự vâng lời phi thường.

Bạn cần sự lặp lại trung thành.

Khám tim

Hãy ngồi suy ngẫm thật kỹ về những câu hỏi này.

1. **Bạn thường xuyên lặp lại những lựa chọn nhỏ nào mỗi ngày?**

2. **Những thói quen nào hiện đang định hình tính cách của bạn—một cách có chủ ý hay vô ý?**
3. **Chúa có thể đang mời gọi bạn thực hành lòng trung thành thầm lặng ở những lĩnh vực nào, thay vì những thay đổi đột ngột?**

Bài tập hôm nay (Luyện tập đều đặn)
Việc thực hành ngày nay là **một hành động lặp đi lặp lại** .
Hãy chọn **một hành động vâng phục nhỏ** mà bạn có thể lặp lại mỗi ngày—cầu nguyện, đọc Kinh Thánh, lòng tốt, sự kiềm chế, lòng biết ơn.
Hãy làm ngay hôm nay **mà không cần thêm thắt gì cả** .
Sau đó hãy cam kết lặp lại điều đó vào ngày mai.

Lời cầu nguyện
Lạy Cha,
xin dạy con biết coi trọng sự trung tín hơn là sự quyết liệt.
Xin giúp con tin tưởng vào sức mạnh thầm lặng của sự vâng lời được lặp đi lặp lại theo thời gian. Xin uốn nắn nhân cách con qua sự nhất quán bền bỉ, và củng cố quyết tâm của con để luôn trung tín trong những việc nhỏ nhặt. Con dâng lên Ngài sự nhất quán của con.
Amen.

Tuyên ngôn
Hãy đọc to câu này:
Chúa định hình cuộc đời tôi qua sự lặp lại trung thành.
Những hành động vâng lời nhỏ nhặt tạo nên tính cách bền vững. Tôi luôn giữ vững lập trường. Những gì tôi lặp lại phản ánh lòng trung thành của tôi. Tôi trưởng thành, kiên nhẫn và trung tín.

Cam kết tuân phục

Hôm nay, tôi cam kết **trung thành một cách nhất quán** .
Tôi chọn sự vâng lời lặp đi lặp lại hơn là sự nhiệt tình nhất thời.

Buổi định hướng kết thúc

Sự hình thành sẽ sâu sắc hơn thông qua sự lặp lại.
Ngày mai, chúng ta sẽ tìm hiểu **cách sự vâng lời được thể hiện qua sự kiềm chế—những điều chúng ta chọn không làm** .

NGÀY THỨ BA MƯƠI TƯ

Sự vâng phục trong kiềm chế

Vì sao những gì bạn từ chối cũng quan trọng như những gì bạn lựa chọn

Các đoạn Kinh Thánh trọng tâm

- **Tít 2:11-12** — *Ân điển dạy chúng ta biết nói "Không" với sự vô đạo đức…*
- **Châm ngôn 25:28** — *Người thiếu tự chủ cũng giống như thành có tường bị phá vỡ.*
- **1 Cô-rinh-tô 6:12** — *"Tôi có quyền làm mọi điều," bạn nói — nhưng không phải mọi điều đều có ích.*

Đọc Kinh Thánh (Đọc chậm)

"Ân điển của Đức Chúa Trời… dạy chúng ta biết nói 'Không'."
— Tít 2:12
Hãy dừng lại.
Hãy nhận ra rằng sự kiềm chế không phải là luật lệ—mà là **sự rèn luyện nhờ ân điển** .

Suy niệm tâm linh

Phần lớn sự vâng lời là vô hình.
Chúng ta thường liên tưởng sự vâng lời với hành động—nói năng, phục vụ, lựa chọn, di chuyển. Kinh Thánh cho thấy một hình thức khác thầm lặng hơn nhưng cũng có sức ảnh hưởng không kém: **sự kiềm chế** . Sự vâng lời đôi khi được thể hiện không phải qua những gì chúng ta theo đuổi, mà qua những gì chúng ta từ chối.
Sự kiềm chế giúp bảo vệ sự hình thành.

Không phải mọi điều được phép đều có lợi. Không phải mọi cơ hội đều phù hợp. Không phải mọi thôi thúc đều đáng được thể hiện. Ân điển dạy chúng ta sự phân biệt – sự khôn ngoan để nói không mà không sợ hãi và không kiêu ngạo.

Sự vâng lời kiểu này hiếm khi được tán dương. Không ai khen ngợi những gì bạn không nói, những tranh cãi bạn không làm leo thang, những cơ hội bạn từ chối, những thôi thúc bạn kiềm chế. Tuy nhiên, những khoảnh khắc này lại định hình tính cách một cách sâu sắc.

Ngày thứ 34 mời bạn nhận ra sự kiềm chế như một dấu hiệu của sự trưởng thành về mặt tâm linh.

Kiềm chế không phải là yếu đuối.

Đó là sức mạnh được kiểm soát.

Nó phản ánh một cuộc sống không còn bị chi phối bởi sự bốc đồng hay áp lực, mà bởi sự hài hòa. Khi sự vâng lời đã ăn sâu, sự kiềm chế trở nên tự nhiên – không bị ép buộc. Chúng ta học cách dừng lại, phân định và lựa chọn im lặng hoặc từ chối khi sự hài hòa đòi hỏi điều đó.

Những gì bạn từ chối cho thấy điều gì đang chi phối bạn. Người không biết nói không thì không tự do. Người được rèn luyện bởi ân điển biết khi nào sự kiềm chế bảo vệ sự bình an, sự chính trực và tình yêu thương. Sự vâng phục kiểu này bảo vệ đời sống nội tâm và giữ gìn những thành quả đã được hình thành.

Khám tim

Hãy ngồi suy ngẫm thật kỹ về những câu hỏi này.

1. **Bạn thấy khó kiềm chế nhất ở khía cạnh nào— lời nói, phản ứng, ham muốn hay cơ hội?**
2. **Những nỗi sợ hãi nào xuất hiện khi bạn cân nhắc việc nói không?**
3. **Sự kiềm chế có thể phục vụ cho sự đồng thuận thay vì hạn chế nó như thế nào?**

Bài tập hôm nay (Kiềm chế có chủ đích)
Bài tập hôm nay là **một bài tập được chọn số** .
Hãy chú ý đến **một khoảnh khắc nào đó trong ngày hôm nay** khi bạn cảm thấy thôi thúc muốn phản ứng, trả lời ngay lập tức, hoặc tự động nói "có".
Dừng lại.
Hãy kiềm chế.
Đó có thể là sự im lặng.
Đó có thể là sự trì hoãn. Đó có thể là sự từ chối.
Hãy để sự đồng thuận dẫn lối.

Lời cầu nguyện
Lạy Cha,
xin dạy con sự vâng phục bao gồm cả sự kiềm chế. Xin giúp con nhận ra khi nào việc nói "không" bảo vệ những gì Ngài đang hình thành trong con. Xin uốn nắn những ham muốn của con bằng ân điển, và ban cho con sự khôn ngoan để chọn sự phù hợp thay vì sự bốc đồng. Con tin tưởng Ngài với những gì con buông bỏ.
Amen.

Tuyên ngôn
Hãy đọc to câu này:
Ân điển của Chúa rèn luyện sự kiềm chế của tôi.
Tôi không bị chi phối bởi sự bốc đồng. Sự vâng lời định hình những gì tôi từ chối cũng như những gì tôi lựa chọn.
Tôi hành động với sự khôn ngoan và tự chủ. Cuộc sống của tôi được bảo vệ bởi sự hài hòa.

Cam kết tuân phục
Hôm nay, tôi quyết tâm **sống tiết chế trong ân điển** .
Tôi chọn sự nhất quán hơn là sự bốc đồng và sự khôn ngoan hơn là phản ứng theo bản năng.

Buổi định hướng kết thúc

Sự kiềm chế giúp bảo vệ sự hình thành.

Ngày mai, chúng ta sẽ cùng tìm hiểu **cách thể hiện sự vâng lời thông qua sự tha thứ—đặc biệt là khi sự tha thứ đó phải trả giá** .

NGÀY THỨ BA MƯƠI LĂM

Cái giá của sự tha thứ

Vì sao sự vâng lời đôi khi đòi hỏi phải buông bỏ mà không cần giải quyết vấn đề?

Các đoạn Kinh Thánh trọng tâm

- **Ma-thi-ơ 18:21-22** — *Tôi phải tha thứ bao nhiêu lần?*
- **Ê-phê-sô 4:31-32** — *Hãy tha thứ cho nhau, như Đức Chúa Trời trong Đấng Christ đã tha thứ cho anh em.*
- **Rô-ma 12:19** — *Chớ tìm cách báo thù…*

Đọc Kinh Thánh (Đọc chậm)
"Hãy tha thứ như Chúa đã tha thứ cho anh em."
— Ê-phê-sơ 4:32
Hãy dừng lại.
Hãy chú ý đến tiêu chuẩn – không phải sự công bằng, mà là Chúa Kitô.

Suy niệm tâm linh
Tha thứ là một trong những hành động vâng lời bị hiểu lầm nhiều nhất.
Chúng ta thường coi tha thứ như một sự giải quyết về mặt cảm xúc—chờ đợi cho đến khi nỗi đau lắng xuống, niềm tin được khôi phục, hoặc công lý được thực thi trọn vẹn. Kinh Thánh định nghĩa tha thứ khác. Tha thứ là một hành động vâng phục, **buông bỏ quyền kiểm soát kết quả** .
Tha thứ không phủ nhận tổn hại.
Nó không bào chữa cho sự bất công. Nó không đòi hỏi sự hòa giải.

Nó giải phóng quyền sở hữu trong việc phán xét.
Điều này khiến việc tha thứ trở nên tốn kém.
Tha thứ là buông bỏ quyền lực. Tha thứ là từ chối biến ký ức thành vũ khí. Tha thứ là tin tưởng Chúa với những điều ta không thể tự mình giải quyết. Sự vâng phục này thoạt đầu không mang lại cảm giác tự do—mà lại giống như sự mất mát.
Tuy nhiên, Kinh Thánh khẳng định đó là con đường dẫn đến tự do.
Ngày thứ 35 mời bạn nhìn nhận sự tha thứ không phải là điều bạn cảm thấy sẵn sàng, mà là điều bạn được kêu gọi lựa **chọn** . Tha thứ không phải là đồng ý với những gì đã xảy ra. Đó là sự hòa hợp với bản chất của Chúa khi đối mặt với những gì đã xảy ra.
Sự vâng lời ở đây diễn ra một cách thầm lặng và không ai nhận thấy.
Không ai tán thành sự tha thứ khi nó làm mất đi phẩm giá, lòng tự trọng hoặc ảo tưởng về sự kiểm soát. Tuy nhiên, đây chính là nơi mà sự hình thành nhân cách được sâu sắc hơn.
Tha thứ phá vỡ vòng luẩn quẩn của sự oán giận mà sự vâng lời ở những lĩnh vực khác không thể làm được.
Tha thứ không phải là quên đi.
Đó là từ bỏ quyền trả thù.
Sự vâng lời này thường được lặp đi lặp lại—không chỉ một lần, mà nhiều lần. Tha thứ có thể cần được lựa chọn hết lần này đến lần khác, đặc biệt là khi ký ức ùa về. Mỗi lựa chọn giải phóng một chút quyền kiểm soát và khôi phục một chút bình yên.

Khám tim

Hãy ngồi suy ngẫm thật kỹ về những câu hỏi này.

1. **Bạn đã từng đánh đồng sự tha thứ với sự sẵn sàng về mặt cảm xúc ở những trường hợp nào?**

2. **Chúa đang mời gọi bạn buông bỏ – chứ không phải giải quyết – ai hoặc điều gì ngay lúc này?**
3. **Bạn đang nắm giữ quyền kiểm soát nào mà việc tha thứ đòi hỏi bạn phải từ bỏ?**

Bài tập hôm nay (Thả tự do mà không cần giải quyết vấn đề)

Bài tập hôm nay là **giải phóng có chủ đích** .

Hãy trình bày trước Chúa **một lỗi lầm chưa được giải quyết** , dù nhỏ hay lớn.

Hãy cầu nguyện một cách chân thành như sau:

"Lạy Chúa, con xin từ bỏ quyền kiểm soát điều này."

Đừng ép buộc cảm xúc.

Đừng vội vàng tìm kiếm sự bình yên.

Vừa mới phát hành.

Lời cầu nguyện

Lạy Cha,

Ngài thấy cái giá của sự tha thứ. Ngài biết khi nào sự vâng lời trở nên nặng nề. Xin dạy con buông bỏ sự kiểm soát mà không oán hận và tin tưởng Ngài với những điều con không thể sửa chữa. Con chọn tha thứ như một sự hòa hợp, chứ không phải là sự chối bỏ. Amen.

Tuyên ngôn

Hãy đọc to câu này:

Tôi tha thứ như Chúa Kitô đã tha thứ cho tôi.

Sự vâng phục giải phóng sự kiểm soát. Tôi từ chối sự cay đắng và trả thù. Chúa là người bảo vệ và phán xét tôi. Tôi bước đi trong sự tự do nhờ sự tha thứ.

Cam kết tuân phục

Hôm nay, tôi cam kết **tha thứ một cách vâng phục** .

Tôi từ bỏ quyền kiểm soát kết quả và tin tưởng vào Chúa để được công lý và chữa lành.

Buổi định hướng kết thúc

Tha thứ giải phóng tâm hồn.

Ngày mai, chúng ta sẽ tìm hiểu **cách sự vâng lời được thể hiện qua sự khiêm nhường—đặc biệt là khi lòng kiêu hãnh có vẻ chính đáng** .

NGÀY THỨ BA MƯƠI SÁU

Sự vâng phục của lòng khiêm nhường

Vì sao buông bỏ lòng kiêu hãnh lại bảo vệ sự hình thành

Các đoạn Kinh Thánh trọng tâm

- **Phi-líp 2:5-8** — *Ngài đã hạ mình xuống, vâng phục cho đến chết…*
- **Gia-cơ 4:6** — *Đức Chúa Trời chống lại kẻ kiêu ngạo, nhưng tỏ lòng thương xót người khiêm nhường.*
- **Châm ngôn 11:2** — *Khi kiêu ngạo, thì nhục nhã cũng đến; nhưng khi khiêm nhường, thì có sự khôn ngoan.*

Đọc Kinh Thánh (Đọc chậm)

"Ngài đã hạ mình xuống
bằng cách vâng phục…"
— Phi-líp 2:8
Hãy dừng lại.
Hãy nhận thấy rằng sự khiêm nhường là **điều được lựa chọn** , chứ không phải là điều hiển nhiên.

Suy niệm tâm linh

Sự khiêm nhường thường bị hiểu nhầm là coi thường bản thân.
Kinh Thánh định nghĩa sự khiêm nhường theo một cách khác. Khiêm nhường không phải là tự xóa bỏ bản thân; đó là **sự giải thoát khỏi việc tự bảo vệ** . Đó là sự vâng phục mà không còn cần phải khẳng định, bảo vệ hay thống trị để cảm thấy an toàn.

Lòng kiêu hãnh chống lại sự phục tùng một cách tinh vi. Nó không phải lúc nào cũng trông kiêu ngạo. Thường thì nó xuất hiện như một sự biện minh – *Tôi xứng đáng với điều này* , *tôi đúng* , *họ nên biết rõ hơn* . Lòng kiêu hãnh đòi hỏi được nhìn nhận, được xác nhận hoặc được chứng minh là đúng.
Sự khiêm nhường giải phóng khỏi đòi hỏi đó.
Việc này tốn kém.
Sự khiêm nhường đòi hỏi chúng ta phải từ bỏ quyền được thấu hiểu, được tán dương hay được minh oan. Nó không phủ nhận sự thật; nó tin tưởng vào Chúa trong việc bảo vệ sự thật. Thái độ này có vẻ mạo hiểm vì nó loại bỏ những chiến lược kiểm soát thông thường của chúng ta.
Tuy nhiên, Kinh Thánh nói rõ: sự khiêm nhường thu hút ân điển.
Trong khi kiêu ngạo làm suy yếu sự vâng lời, thì khiêm nhường lại củng cố nó. Nó tạo ra không gian cho sự sửa sai mà không dẫn đến sự sụp đổ, cho sự phục vụ mà không gây oán giận, cho sự vâng lời mà không cần phải chứng tỏ bản thân.
Ngày thứ 36 mời bạn xem xét xem lòng kiêu hãnh có thể đang âm thầm chống lại sự hình thành ở những khía cạnh nào.
Sự kiêu ngạo thường ẩn sau năng lực.
Sự khiêm nhường nằm ở sự nhất quán.
Chúa Giê-su không hạ mình vì Ngài yếu đuối. Ngài hạ mình vì Ngài vững vàng. Sự vâng phục của Ngài xuất phát từ bản sắc, chứ không phải sự bất an. Đây chính là sự khiêm nhường mà Kinh Thánh kêu gọi chúng ta hướng tới—không phải là co rúm lại, mà là buông bỏ sự tự cao tự đại.
Sự khiêm nhường không làm bạn thấp kém hơn.
Nó giải phóng bạn.

Khám tim

Hãy ngồi suy ngẫm thật kỹ về những câu hỏi này.

1. **Bạn cảm thấy thôi thúc muốn tự vệ hoặc chứng minh giá trị bản thân nhất ở đâu?**
2. **Những tình huống nào khơi dậy lòng kiêu hãnh được ngụy trang dưới vỏ bọc biện minh?**
3. **Trong giai đoạn hiện tại của cuộc sống, sự khiêm nhường có thể bảo vệ sự vâng lời như thế nào?**

Bài thực hành hôm nay (Sự khiêm nhường được lựa chọn)

Ngày nay, phương pháp thực hành là **sự điều chỉnh không khẳng định** .

Hãy chú ý đến **một khoảnh khắc nào đó trong ngày hôm nay** khi bạn cảm thấy thôi thúc muốn:

- Hãy sửa lỗi cho người khác
- Hãy bảo vệ lập trường của bạn
- Hãy đảm bảo rằng bạn được nhìn thấy hoặc được ghi nhận công lao.

Dừng lại.
Hãy chọn sự khiêm nhường.
Bạn có thể giữ im lặng.
Bạn có thể để Chúa bảo vệ sự thật theo thời gian.

Lời cầu nguyện

Lạy Cha,
xin dạy con lòng khiêm nhường để buông bỏ sự kiểm soát.
Xin giải thoát con khỏi nhu cầu tự vệ và giúp con tin tưởng Ngài với danh tiếng của con.
Xin hình thành trong con lòng khiêm nhường của Chúa Kitô—vững vàng, vâng phục và tự do. Con chọn sự hòa hợp thay vì kiêu ngạo. Amen.

Tuyên ngôn

Hãy đọc to câu này:

Tôi sống trong sự khiêm nhường của Chúa Kitô.
Sự vâng phục giải phóng tôi khỏi nhu cầu tự vệ. Chúa chống lại sự kiêu ngạo và ban ân điển cho người khiêm nhường.
Tôi tin tưởng Chúa với danh tiếng của mình. Sự khiêm nhường củng cố sự vâng phục của tôi.

Cam kết tuân phục

Hôm nay, tôi cam kết **tuân phục một cách khiêm nhường**
.
Tôi từ bỏ lòng kiêu hãnh, sự biện minh và sự tự bảo vệ, và chọn sự hòa hợp dựa trên niềm tin.

Buổi định hướng kết thúc

Sự khiêm nhường bảo vệ quá trình hình thành.
Ngày mai, chúng ta sẽ cùng tìm hiểu **cách sự vâng lời được thể hiện qua sự kiên trì—khi sự vâng lời dường như kéo dài và không được nhìn thấy** .

NGÀY THỨ BA MƯƠI BẢY

Khi sự vâng lời phải trường tồn

Vì sao sự kiên trì là dấu hiệu thầm lặng của sự trưởng thành

Các đoạn Kinh Thánh trọng tâm

- **Hê-bơ-rơ 10:36** — *Các bạn cần phải kiên trì để khi đã làm theo ý muốn của Đức Chúa Trời, các bạn sẽ nhận được điều Ngài đã hứa.*
- **Gia-cơ 5:7-8** — *Hãy kiên nhẫn… hãy vững lòng.*
- **Ga-la-ti 6:9** — *Chớ mệt mỏi khi làm điều thiện…*

Đọc Kinh Thánh (Đọc chậm)

"Các ngươi cần phải kiên trì
để khi làm theo ý muốn của Đức Chúa Trời, các ngươi sẽ nhận được điều Ngài đã hứa."
— Hê-bơ-rơ 10:36
Hãy dừng lại.
Hãy nhận thấy rằng sự kiên trì đến sau sự vâng lời, chứ không phải trước đó.

Suy niệm tâm linh

Một số hình thức vâng lời chỉ diễn ra trong thời gian ngắn.
Những việc khác đòi hỏi **sức bền** .
Kiên trì là sự vâng lời được kéo dài theo thời gian—lòng trung thành tiếp tục mà không cần phần thưởng hữu hình, sự củng cố về mặt cảm xúc, hay sự xác nhận từ bên ngoài.
Đó là một trong những dấu hiệu rõ ràng nhất của sự trưởng thành về mặt tâm linh, chính bởi vì nó hiếm khi mang tính đột phá.

Đa số mọi người có thể vâng lời trong thời gian ngắn. Nhưng rất ít người học được cách giữ lòng trung thành lâu dài.

Sự kiên trì sẽ kiểm chứng động cơ.

Khi sự vâng lời được tiếp thêm năng lượng bởi sự mới lạ, đà đó sẽ duy trì được một thời gian. Khi sự mới lạ phai nhạt và đà chậm lại , sự kiên trì sẽ cho thấy liệu sự vâng lời bắt nguồn từ sự đồng thuận hay cảm xúc. Đây là lúc nhiều tín đồ lặng lẽ rời bỏ – không phải vì nổi loạn, mà vì mệt mỏi.

Kinh Thánh nói thẳng vào thời điểm này: *Đừng mệt mỏi khi làm điều thiện.*

Mệt mỏi không có nghĩa là sự vâng lời là sai.

Nó thường có nghĩa là sự vâng lời đã kéo dài quá lâu.

Ngày thứ 37 mời bạn trân trọng lòng trung thành tưởng chừng bình thường và không được nhìn thấy. Chúa không chỉ đánh giá sự vâng lời bằng cường độ. Ngài trân trọng sự kiên trì—sự sẵn lòng giữ vững lập trường ngay cả khi hành trình có vẻ lặp đi lặp lại hoặc cô đơn.

Kiên trì không phải là bướng bỉnh.

Đó là niềm tin được vun đắp theo thời gian.

Nó nói rằng: *Tôi sẽ tiếp tục ngay cả khi sự rõ ràng bị trì hoãn.*

Tôi sẽ giữ vững đức tin ngay cả khi không có sự khẳng định.

Tôi sẽ tin tưởng vào những lời hứa của Chúa mà không cần bằng chứng ngay lập tức.

Sự vâng lời kiểu này tạo nên chiều sâu.

Sự kiên trì được hình thành không thể vội vàng. Nó củng cố tính cách, neo giữ niềm hy vọng và bảo vệ sự vâng phục khỏi sụp đổ khi hoàn cảnh thay đổi.

Khám tim

Hãy ngồi suy ngẫm thật kỹ về những câu hỏi này.

1. **Bạn cảm thấy mệt mỏi ở điểm nào trong quá trình tuân phục của mình hiện nay?**

2. **Điều gì khiến bạn muốn rút lui – không phải bằng lời nói lớn, mà bằng một cách lặng lẽ?**
3. **Sự kiên trì có thể chính là công việc mà Chúa đang thực hiện trong mùa này như thế nào?**

Bài thực hành hôm nay (Sự trung thành bền bỉ)

Thực hành ngày nay là **tiếp tục tuân thủ** .

Hãy chọn **một hành động vâng lời** mà bạn đã thực hành một cách trung thành – ngay cả khi nó có vẻ lặp đi lặp lại hoặc không được chú ý.

Hãy làm lại điều đó vào hôm nay.

Không phải với sự nhiệt tình.

Mà là với quyết tâm.

Lời cầu nguyện

Lạy Cha,

xin ban sức mạnh cho con khi con cảm thấy việc vâng lời thật khó khăn. Xin bảo vệ con khỏi sự mệt mỏi đang âm thầm kéo con đi. Xin giúp con giữ vững đức tin khi kết quả chậm trễ và sự khích lệ khan hiếm. Con tin rằng Ngài nhìn thấy những điều vô hình và tôn vinh những gì trường tồn. Amen.

Tuyên ngôn

Hãy đọc to câu này:

Tôi kiên trì vâng phục.

Chúa ban sức mạnh cho tôi khi sự trung tín dường như khó khăn. Tôi không mệt mỏi khi làm điều thiện. Sức chịu đựng của tôi đang hình thành nên sự trưởng thành. Tôi luôn giữ vững lập trường cho đến khi Chúa hoàn thành công việc của Ngài.

Cam kết tuân phục

Hôm nay, tôi cam kết sống **trọn vẹn sự vâng phục** .
Tôi chọn lòng trung thành thay vì mệt mỏi và tin tưởng vào Chúa về thời điểm gặt hái thành quả.

Buổi định hướng kết thúc

Sự kiên trì mang lại sự vâng lời,
điều mà cảm xúc không thể làm được.
Ngày mai, chúng ta sẽ cùng tìm hiểu xem **sự vâng lời định hình lại mối quan hệ của chúng ta với niềm hy vọng dành cho người khác như thế nào—không chỉ cho chính bản thân mình** .

NGÀY THỨ BA MƯƠI TÁM

Sự vâng lời mang lại lợi ích cho người khác

Vì sao quá trình hình thành luôn mở rộng vượt ra ngoài phạm vi của bạn

Các đoạn Kinh Thánh trọng tâm

- **Ga-la-ti 6:2** — *Hãy gánh vác gánh nặng cho nhau, như vậy anh em sẽ làm trọn luật của Đấng Christ.*
- **Rô-ma 15:1** — *Chúng ta là những người mạnh mẽ nên chịu đựng những thiếu sót của người yếu đuối.*
- **Cô-lô-xi 1:9-10** — *Chúng ta không ngừng cầu xin Đức Chúa Trời ban cho anh em sự hiểu biết về ý muốn của Ngài…*

Đọc Kinh Thánh (Đọc chậm)

"Hãy gánh vác gánh nặng cho nhau,
như vậy anh em sẽ làm trọn luật của Đấng Christ."
— Ga-la-ti 6:2

Hãy dừng lại.

Hãy nhận thấy rằng sự trưởng thành thể hiện qua **trách nhiệm đối với người khác** .

Suy niệm tâm linh

Quá trình hình thành không bao giờ có nghĩa là kết thúc ở bản ngã.

Khi sự vâng lời trưởng thành, hướng đi của nó cũng thay đổi. Điều bắt đầu như sự hòa hợp cá nhân sẽ mở rộng thành sự quan tâm, kiên nhẫn, cầu nguyện và sức chịu đựng

đối với người khác . Điều này không phải vì người khác trở thành trách nhiệm của chúng ta phải sửa chữa, mà vì tình yêu định hình lại thái độ của chúng ta đối với họ.
Sự vâng lời chỉ hướng vào bên trong cuối cùng sẽ trì trệ.
Sự vâng lời hướng ra bên ngoài sẽ nhân lên.
Ngày thứ 38 mời bạn nhận ra một sự thay đổi thầm lặng: khi Chúa làm cho cuộc sống của bạn vững vàng, Ngài cũng mở rộng khả năng của bạn để gánh vác người khác—không phải bằng giải pháp, mà bằng sự hiện diện. Không phải bằng sự kiểm soát, mà bằng lòng thương xót.
Giúp đỡ người khác không có nghĩa là gánh vác gánh nặng của họ.
Nó có nghĩa là đồng hành cùng họ một cách trung thành.
Sự vâng phục kiểu này thể hiện lòng kiên nhẫn. Nó không phán xét. Nó không thúc ép sự phát triển hay đòi hỏi sự thay đổi. Nó tin tưởng rằng Chúa đang hành động trong người khác cũng như Ngài đã hành động trong bạn—thường là chậm rãi, thường là vô hình.
Sự vâng lời chín chắn tạo ra không gian.
Không gian cho mọi người được tự do đấu tranh mà không bị gạt bỏ.
Không gian cho sự yếu đuối mà không bị lên án. Không gian cho hy vọng nảy nở mà không bị áp lực.
Đây là lý do tại sao Kinh Thánh liên kết sự vâng phục với việc cầu nguyện cho người khác. Cầu thay là sự vâng phục được thể hiện qua tình yêu thương. Nó thừa nhận rằng sự biến đổi thuộc về Chúa, chứ không phải chúng ta.
Ngày thứ 38 chuyển câu hỏi từ *"Tôi đang được hình thành như thế nào?"* sang
"Chúa có thể đang mời gọi tôi mang ai trên vai với ân điển?"

Khám tim

Hãy ngồi suy ngẫm thật kỹ về những câu hỏi này.

1. **Bạn nghĩ đến ai khi nói về người cần sự kiên nhẫn hay lời cầu nguyện?**
2. **Bạn đã bao giờ cảm thấy muốn rút lui thay vì giúp đỡ người khác trong những trường hợp nào?**
3. **Sự vâng lời có thể được thể hiện qua lòng thương xót thay vì sự sửa phạt như thế nào?**

Bài thực hành hôm nay (Sự vâng phục cầu thay)
Bài thực hành hôm nay là **cầu nguyện có chủ đích cho người khác** .
Hãy chọn **một người** — một người đang gặp khó khăn, xa cách hoặc khó tính.
Hãy cầu nguyện cho họ **mà không có mục đích vụ lợi** :

- Không phải để thay đổi
- Không dùng để giải quyết vấn đề này.
- Đơn giản chỉ vì sự hiện diện và ân sủng của Chúa trong cuộc sống của họ.

Hãy mang chúng đi một cách lặng lẽ hôm nay.

Lời cầu nguyện
Lạy Cha,
con cảm ơn Cha vì đã mở rộng sự vâng phục của con vượt ra ngoài bản thân mình. Xin dạy con biết nâng đỡ người khác với lòng khiêm nhường và ân điển. Xin giải thoát con khỏi sự phán xét và kiểm soát, và hình thành lòng thương xót phản ánh tấm lòng của Cha. Con tin tưởng Cha sẽ hành động trong người khác như Cha đã hành động trong con.
Amen.

Tuyên ngôn
Hãy đọc to câu này:
Sự vâng phục của tôi mang trong mình lòng thương xót đối với người khác.
Tôi gánh vác gánh nặng với sự kiên nhẫn và ân điển. Chúa

hành động qua lời cầu nguyện và sự hiện diện của tôi. Tôi đồng hành cùng người khác mà không phán xét. Tình yêu thương mở rộng những gì sự vâng phục đã tạo nên.

Cam kết tuân phục

Hôm nay, tôi cam kết **vâng phục một cách hướng ngoại** . Tôi chọn lòng thương xót thay vì rút lui và cầu nguyện thay vì kiểm soát.

Buổi định hướng kết thúc

Sự vâng lời sẽ mở rộng khi nó trưởng thành.
Ngày mai, chúng ta sẽ cùng tìm hiểu **cách vâng lời chuẩn bị cho chúng ta để hoàn toàn buông bỏ mọi sự kiểm soát—vào tay Chúa** .

NGÀY THỨ BA MƯƠI CHÍN

Sự vâng phục của sự giải thoát

Khi đức tin đặt trọn kết quả vào tay Chúa

Các đoạn Kinh Thánh trọng tâm

- **Thi Thi thiên 37:5** — *Hãy phó thác đường lối của bạn cho Chúa; hãy tin cậy Ngài, và Ngài sẽ hành động.*
- **Ma-thi-ơ 16:24-25** — *Ai liều mất mạng sống mình vì Ta thì sẽ được sống.*
- **1 Phi-e-rơ 5:6-7** — *Hãy hạ mình xuống… phó thác mọi lo lắng của mình cho Ngài.*

Đọc Kinh Thánh (Đọc chậm)

"Hãy phó thác đường lối của bạn cho Chúa;
hãy tin cậy Ngài, và Ngài sẽ hành động."
— Thi thiên 37:5
Tạm dừng.
Hãy chú ý đến trình tự: **cam kết → tin tưởng → phát hành** .

Suy niệm tâm linh

Phần lớn sự vâng lời nằm ở việc lựa chọn.
Ngày thứ 39 là về việc **buông bỏ** .
Đến một thời điểm nào đó trong quá trình hình thành, nỗ lực không còn giúp củng cố sự hòa hợp nữa. Cố gắng hơn nữa không tạo ra hòa bình. Thúc đẩy hơn nữa không mang lại sự sáng tỏ. Sự vâng lời đạt đến sự trưởng thành khi nó học được cách **buông bỏ** .

Thả tự do không có nghĩa là bỏ rơi.
Đó là sự tin tưởng không kèm theo ràng buộc.
Chúng ta thường vâng lời trong khi âm thầm quản lý kết quả—với hy vọng tác động đến kết quả, thời gian hoặc phản ứng. Chúng ta đi theo Chúa, nhưng vẫn giữ một tay nắm quyền kiểm soát. Ngày thứ 39 mời bạn nhận ra những gì bạn vẫn đang nắm giữ.
Thả tự do là một trong những hình thức vâng lời khó khăn nhất vì nó loại bỏ tấm lưới an toàn cuối cùng của chúng ta.
Điều đó có nghĩa là tin tưởng Chúa không chỉ về sự hướng dẫn, mà còn về hậu quả. Điều đó có nghĩa là từ bỏ nhu cầu hiểu được sự vâng lời sẽ được đền đáp hay công nhận như thế nào. Điều đó có nghĩa là an nghỉ trong sự trung tín ngay cả khi kết quả chưa thể thấy được.
Thả lỏng không có nghĩa là thụ động.
Nó có nghĩa là từ bỏ quyền sở hữu kết quả.
Tư thế này phản ánh sự trưởng thành sâu sắc. Nó vang vọng lời cầu nguyện của chính Chúa Kitô: *"Không phải ý muốn con, mà là ý muốn Cha được thực hiện."* Sự vâng phục không đạt đến đỉnh cao ở sự chắc chắn, mà ở sự phó thác hoàn toàn.
Ngày thứ 39 đặt ra một câu hỏi nhẹ nhàng nhưng sâu sắc:
Bạn có thể tuân lệnh mà không cần biết điều gì sẽ xảy ra tiếp theo không?
Đây là lúc sự bình an bắt đầu ngự trị—không phải vì mọi thứ đã được giải quyết, mà vì niềm tin đã thay thế sự kiểm soát. Sự buông bỏ cho phép Chúa hành động mà không bị can thiệp. Nó tạo ra không gian cho ân điển được tự do lan tỏa.

Khám tim

Hãy ngồi suy ngẫm thật kỹ về những câu hỏi này.

1. **Bạn vẫn đang cố gắng kiểm soát kết quả nào?**
2. **Bạn cảm thấy lo lắng về cái giá phải trả hoặc kết quả mà sự vâng lời có thể mang lại ở điểm nào?**

3. **Sẽ ra sao nếu chúng ta hoàn toàn phó thác mọi việc vào tay Chúa?**

Bài tập hôm nay (Giải phóng có chủ đích)
Bài tập hôm nay được **gọi là sự buông bỏ** .
Hãy xác định **một mối lo ngại cụ thể, một kết quả mong muốn hoặc một câu hỏi về tương lai** mà bạn đang trăn trở.
Hãy trình bày điều đó trước mặt Chúa.
Sau đó hãy cầu nguyện:
"Lạy Chúa, con phó thác mọi sự cho Ngài.
Con tin tưởng Ngài về kết quả."
Đừng quay lại đó hôm nay.

Lời cầu nguyện
Lạy Cha,
xin dạy con biết vâng phục và biết khi nào nên buông bỏ.
Xin giải thoát con khỏi việc quản lý những gì thuộc về Ngài.
Xin giúp con tin tưởng Ngài vượt quá sự hiểu biết,
vượt quá thời hạn, vượt quá kết quả. Con đặt cuộc đời,
tương lai và lòng trung thành của con vào tay Ngài. Amen.

Tuyên ngôn
Hãy đọc to câu này:
Tôi buông bỏ sự kiểm soát và hoàn toàn tin tưởng vào Chúa.
Vâng lời không có nghĩa là phải chịu trách nhiệm về kết quả.
Chúa luôn trung tín với những gì tôi dâng hiến. Tôi sống trong bình an, không lo lắng. Cuộc đời tôi nằm trong tay Chúa.

Cam kết tuân phục
Hôm nay, tôi cam kết **buông bỏ một cách vâng phục** .
Tôi phó thác kết quả, thời điểm và thành quả vào sự chăm sóc của Chúa.

Buổi định hướng kết thúc

Ngày mai không phải là kết thúc.

Đó là **sự khởi động** .

Ngày thứ 40 sẽ không yêu cầu bạn làm nhiều hơn.

Nó sẽ mời gọi bạn **sống trọn vẹn với những gì đã được hình thành** .

NGÀY THỨ BỐN MƯƠI

Được gửi đi như một bức thư sống động

Khi Sự Hình Thành Trở Thành Nhân Chứng

Các đoạn Kinh Thánh trọng tâm

- **2 Cô-rinh-tô 3:2-3** — *Anh em là thư của Đấng Christ… được viết bởi Thánh Linh của Đức Chúa Trời hằng sống.*
- **Ma-thi-ơ 5:16** — *Hãy để ánh sáng của bạn chiếu sáng trước mặt người khác…*
- **Giăng 20:21** — *Như Cha đã sai Ta, Ta cũng sai các con.*

Đọc Kinh Thánh (Đọc chậm)

"Chính anh em là bức thư của chúng tôi,
được viết trong lòng chúng tôi, được mọi người biết đến và đọc."
— 2 Cô-rinh-tô 3:2
Dừng lại.
Hãy chú ý rằng bức thư **không được niêm phong** .
Nó được **đọc hàng ngày** .

Suy niệm tâm linh

Đây chưa phải là kết thúc.
Đó là thời điểm mà việc đọc trở thành cuộc sống.
Trong bốn mươi ngày qua, bạn đã cho phép sự thật đối diện, định hình, thanh lọc và giải phóng bạn. Bạn đã xem xét sự vâng phục không phải như một sự thể hiện, mà như một thái độ. Bạn đã thấy rằng đức tin trưởng thành qua sự kiềm

chế, tha thứ, khiêm nhường, kiên trì, lòng trắc ẩn và sự phó thác.

Và giờ đây, câu hỏi thầm lặng mà Kinh Thánh luôn đặt ra cuối cùng chính là:

Bạn sẽ đọc cuốn sách nào tiếp theo trong cuộc đời mình?

Chúa không hoàn thành công việc của Ngài trong bạn bằng cách khép lại một cuốn sách.

Ngài hoàn thành nó bằng cách **đưa bạn trở lại cuộc sống bình thường—với một diện mạo đã thay đổi** .

Một bức thư sống động không được viết ra để nhận được sự ngưỡng mộ.

Nó được viết ra để làm chứng.

Giọng điệu của bạn trong cuộc trò chuyện.

Sự kiên nhẫn của bạn khi gặp áp lực. Sự kiềm chế của bạn khi bị khiêu khích. Sự tha thứ của bạn khi bị đối xử bất công. Lòng trung thành của bạn ngay cả khi không được nhìn thấy.

Đây là những trang sách mà cả thế giới đang đọc.

Nhiệm vụ của bạn không phải là giải thích cặn kẽ về Chúa Kitô.

Nhiệm vụ của bạn là **thể hiện Ngài một cách trung thành** .

Điều này không cần một nền tảng.

Nó cần sự đồng thuận.

Thánh Linh viết nên câu chuyện qua những đời sống được hiến dâng theo thời gian. Qua sự kiên định hơn là sự mãnh liệt. Qua sự vâng phục hơn là sự hùng biện. Qua tình yêu thương bền vững khi hoàn cảnh thay đổi.

Ngày thứ 40 không tạo cho bạn cảm giác vội vã.

Nó mang đến cho bạn **sự rõ ràng** .

Bạn không trở thành một người hoàn toàn mới vào ngày mai.

Bạn chỉ đang tiếp tục những gì đã bắt đầu.

Khám tim cuối kỳ

Hãy dành thời gian suy ngẫm kỹ những câu hỏi này.

1. **Trong bốn mươi ngày qua, điều gì đã thay đổi ở bạn?**
2. **Bạn cảm nhận được Chúa đang mời gọi bạn sống chú tâm hơn ở những lĩnh vực nào?**
3. **Điều gì trong cuộc sống thường nhật của bạn giờ đây trở nên quan trọng hơn bao giờ hết?**

Thực hành ngày nay (Cuộc sống được ủy thác)

Bài thực hành ngày nay là **sự hiện thân có chủ đích** .

Hãy chọn một tư thế đơn giản để duy trì:

- sự chú ý
- sự kiềm chế
- tính kiên nhẫn
- sự khiêm nhường
- sự trung thành

Đừng công bố điều đó.

Đừng đo lường nó.

Hãy cứ sống hết mình.

Lời cầu nguyện bổ nhiệm

Lạy Cha,

con cảm ơn Cha vì những việc Cha đã làm trong con. Con dâng hiến cuộc đời con cho Cha – không phải để trình diễn, mà là để làm chứng sống động cho ân điển của Cha. Xin Cha sai con đến những nơi bình dị với lòng trung thành thầm lặng. Xin cho cuộc đời con phản ánh Chúa Kitô một cách rõ ràng, nhất quán và chân thật. Con đón nhận sự sai phái của Cha. Amen.

Tuyên bố cuối cùng

Hãy đọc to câu này:

Tôi là một bức thư sống động của Chúa Kitô.

Thần của Chúa đang viết qua sự vâng phục của tôi. Tôi sống

với sự minh bạch, trung tín và khiêm nhường. Cuộc đời tôi làm chứng cho lẽ thật. Tôi được sai đi.

Cam kết cuối cùng

Tôi cam kết **sống theo những gì đã được hình thành** . Tôi sẽ không vội vàng bỏ qua sự vâng phục hay thu hẹp đức tin thành những ý niệm trừu tượng. Tôi dâng hiến cuộc đời mình như một lời chứng rõ ràng về Chúa Kitô.

Lời kết

Bạn chưa hoàn thành chương trình.
Bạn mới chỉ vào tư thế.
Đọc chậm rãi.
Vâng lời trong im lặng. Sống thanh thản.
Cả thế giới đang đọc.
— *Những bức thư sống động*

PHẦN KẾT LUẬN

Khi việc đọc kết thúc, việc viết vẫn tiếp tục.

Cuốn sách này vốn không được dự định hoàn thành theo nghĩa thông thường.
Nó vốn dĩ nhằm **kết thúc một điều gì đó trong bạn** — và sau đó bắt đầu một điều gì đó thông qua bạn.
Bạn không chỉ đơn thuần trải qua bốn mươi ngày suy ngẫm.
Bạn đã được mời gọi vào một tư thế: một cách nhìn nhận sự vâng lời không phải là nghĩa vụ, mà là sự hòa hợp; không phải là sự thực hiện, mà là sự hình thành; không phải là thông tin, mà là sự thể hiện.
Qua cuộc đời và những lời chứng của C.S. Lewis, bạn đã thấy rằng chỉ niềm tin thôi thì không đủ để biến đổi một người. Hiểu biết không tự động dẫn đến sự vâng lời. Ngay cả sự chân thành cũng không thể thay thế cho sự quy phục. Sự biến đổi xảy ra khi chân lý chuyển từ tâm trí vào ý chí— và từ ý chí vào cuộc sống hằng ngày.
Đây chính là phép màu thầm lặng của sự hình thành.
Bạn đã trải qua một hành trình từ sự do dự đến sự chấp nhận, từ sự ngưỡng mộ đến sự vâng lời, từ sự đấu tranh nội tâm đến sự làm chứng bên ngoài. Trên hành trình đó, bạn đã gặp phải những câu hỏi không thể trả lời nhanh chóng, những thực hành đòi hỏi sự kiềm chế, và những khoảnh khắc yêu cầu bạn tin tưởng mà không cần kiểm soát.
Đó là hành động có chủ ý.
Vì Đức Chúa Trời không viết nên tác phẩm rõ ràng nhất của Ngài bằng tốc độ.
Ngài viết bằng sự trung tín.

Một bức thư sống động không được viết ra trong chốc lát. Nó được viết từng dòng một—qua sự vâng phục lặp đi lặp lại, sự phó thác thầm lặng, sự kiên trì không lời và tình yêu được thực hành trong những khoảnh khắc đời thường. Nó được đọc không phải bởi những người ngưỡng mộ chúng ta, mà bởi những người sống bên cạnh chúng ta.

Cuộc sống của bạn giờ đây chính là văn bản.

Không phải là một bức tranh hoàn hảo.

Không phải là một bức tranh đã hoàn thiện. Nhưng là một bức tranh chân thực.

Bạn không được cử đi với tư cách là chuyên gia.

Bạn được cử đi với tư cách là nhân chứng.

Nhiệm vụ của bạn không phải là giải thích mọi thứ.

Nhiệm vụ của bạn là **sống một cách rõ ràng** .

Thần Linh của Chúa vẫn tiếp tục viết – không phải bằng mực, không phải bằng tranh luận, không phải bằng ồn ào – mà qua phản ứng của bạn khi chịu áp lực, sự kiềm chế khi bị khiêu khích, sự tha thứ khi bị xúc phạm, sự khiêm nhường khi không được nhìn thấy, và lòng trung thành khi sự vâng lời dường như khó khăn.

Đây là cách mà Chúa Kitô được tỏ hiện.

Khi bạn khép lại cuốn sách này, hãy chống lại cám dỗ muốn vội vàng chuyển sang thứ khác. Đừng tìm kiếm chương trình tiếp theo, giọng nói tiếp theo, hay sự hiểu biết tiếp theo để thay thế những gì đã bắt đầu. Hãy để những gì đã hình thành bén rễ. Hãy để sự vâng lời trở thành thói quen. Hãy để lòng trung thành trở nên bình thường và bền vững.

Đọc chậm rãi.

Vâng lời trong im lặng. Sống thanh thản.

Thế giới vẫn đang đọc.

Và tác giả vẫn đang tiếp tục viết.

LỜI KÊU GỌI HÀNH ĐỘNG

Hợp tác vì mùa thu hoạch

Khi khép lại cuốn sách này, chúng tôi mời bạn tiếp tục cuộc hành trình thêm một bước nữa—không chỉ trong cuộc sống của chính bạn, mà còn đến với cuộc sống của vô số người khác trên khắp các quốc gia.
Nếu những thông điệp từ God's Eagle Ministries (GEM) đã củng cố, thức tỉnh hoặc định hướng lại tấm lòng của bạn, chúng tôi khiêm tốn mời bạn cầu nguyện và xem xét **việc hợp tác với chúng tôi vì mùa gặt** . Thế giới đang khao khát lẽ thật, hy vọng và tiếng nói dịu dàng nhưng không thể nhầm lẫn của Chúa Thánh Linh, và cùng nhau chúng ta có thể đưa những thông điệp này đến nơi cần thiết nhất.
Chúng tôi tin rằng truyền thông không chỉ đơn thuần là công nghệ—nó là một **mạng lưới tâm linh** được giăng sâu vào các quốc gia, làng mạc, thành phố và những nơi khuất nẻo. Thông qua phim ảnh, video, phát thanh và truyền giáo kỹ thuật số, GEM đang tiếp cận những người có thể không bao giờ bước chân vào nhà thờ, nhưng tấm lòng họ rộng mở để gặp gỡ Chúa Kitô hằng sống.

Sự hợp tác của bạn giúp chúng tôi:

1. Sản xuất nội dung phim và video tràn đầy cảm hứng.
Những câu chuyện và lời dạy chữa lành, truyền cảm hứng và bày tỏ tình yêu của Chúa Giê-su một cách rõ ràng, dễ hiểu và có sức thay đổi cuộc sống.

2. Phát sóng Tin Mừng trên Đài Phát thanh

Mang Lời Chúa đến các nhà tù, bệnh viện, cộng đồng nông thôn và những nơi xa xôi hẻo lánh, nơi mà hy vọng rất hiếm hoi và chân lý vô cùng quý giá.

3. Mở rộng các chiến dịch giảng dạy và môn đệ hóa trên mạng xã hội
Những bài suy niệm, lời cầu nguyện và bài giảng hàng ngày giúp củng cố đức tin, hàn gắn gia đình và trang bị cho các môn đệ trên toàn thế giới.

Vì sao sự ủng hộ của bạn lại quan trọng

Mỗi thông điệp được lan tỏa đều trở thành một hạt giống ánh sáng.
Mỗi lời dạy đều trở thành một làn sóng biến đổi. Mỗi hành động rộng lượng đều trở thành một phần trong mùa gặt toàn cầu của Chúa.
Sự đóng góp của bạn giúp cho mục vụ này tiếp cận những linh hồn mà chúng ta có thể không bao giờ gặp trên trần gian, nhưng chắc chắn sẽ gặp lại trong cõi vĩnh hằng. Không có số tiền cố định—hãy đóng góp tùy theo sự hướng dẫn của Chúa. Mỗi món quà, dù lớn hay nhỏ, đều góp phần vào sự phát triển của Vương quốc Chúa.

Để hợp tác hoặc quyên góp:
PayPal:
https://www.paypal.com/ncp/payment/D6NEFW56KG8LU
Tithe.ly:
https://tithe.ly/give?c=308311

Flutterwave –
https://flutterwave.com/donate/bbkpkokehxlw

Tất cả các kênh quyên góp:
https://www.otakada.org/partnership-giving
Cảm ơn các bạn đã sát cánh cùng chúng tôi.
Cảm ơn các bạn đã góp phần vào mùa gặt. Cảm ơn các bạn đã giúp chúng tôi mang thông điệp của Chúa Kitô đến khắp các quốc gia.
Nguyện xin Chúa ban phước lành dồi dào cho bạn, gia tăng tài lộc phong phú, và nhân bội mọi hạt giống bạn gieo để vinh hiển Ngài.
Trong danh quyền năng của Chúa Giê-su, Amen.

—Đại sứ Thứ Hai O. Ogbe , Zacharias Godseagle ; Tiện nghi Ladi Ogbe,
Người sáng lập, God's Eagle Ministries (GEM)
www.otakada.org

Làm thế nào để được tái sinh và bắt đầu một cuộc sống mới với Chúa Kitô

Có thể bạn đã từng đồng hành cùng Chúa Giê-su trước đây, hoặc có thể bạn chỉ mới gặp Ngài trong 40 ngày này. Nhưng ngay lúc này, điều gì đó bên trong bạn đang trỗi dậy.

Bạn đã sẵn sàng cho nhiều hơn là chỉ tôn giáo.

Bạn đã sẵn sàng cho **một mối quan hệ** .

Bạn đã sẵn sàng để nói, "Chúa Giê-su, con cần Ngài."

Sự thật là thế này:

"Vì ai cũng đã phạm tội; tất cả chúng ta đều thiếu sót so với tiêu chuẩn vinh hiển của Đức Chúa Trời... nhưng Đức Chúa Trời, trong ân điển của Ngài, đã ban cho chúng ta sự công chính trước mặt Ngài."

— Rô-ma 3:23–24 (NLT)

Bạn không thể tự mình giành được sự cứu rỗi.

Bạn không thể tự sửa chữa bản thân. Nhưng Chúa Giê-su đã trả giá trọn vẹn rồi — và Ngài đang chờ đón bạn về nhà.

Làm thế nào để được tái sinh

Được tái sinh nghĩa là dâng hiến cuộc đời mình cho Chúa Giê-su — chấp nhận sự tha thứ của Ngài, tin rằng Ngài đã chết và sống lại, và tiếp nhận Ngài làm Chúa và Đấng Cứu Thế của mình.

Nó đơn giản. Nó mạnh mẽ. Nó thay đổi mọi thứ.

Hãy cầu nguyện điều này thật to:

"Lạy Chúa Giê-su, con tin Ngài là Con Đức Chúa Trời. Con tin Ngài đã chết vì tội lỗi con và sống lại. Con thú nhận con đã phạm tội và con cần sự tha thứ của Ngài. Hôm nay, con ăn năn và từ bỏ lối sống cũ. Con mời Ngài vào đời sống con để làm Chúa và Đấng Cứu Thế

của con. Xin hãy tẩy sạch con. Xin hãy đổ đầy Thánh Linh của Ngài vào con. Con tuyên bố con được tái sinh, được tha thứ và được tự do. Từ ngày hôm nay trở đi, con sẽ bước theo Ngài — và con sẽ sống theo dấu chân của Ngài. Cảm ơn Ngài vì đã cứu con. Trong danh Chúa Giê-su, Amen."

Các bước tiếp theo sau khi được cứu rỗi

1. **Hãy chia sẻ với ai đó** – Hãy nói với quyết định của bạn với một người cùng đức tin mà bạn tin tưởng.
2. **Tìm một Hội Thánh dựa trên Kinh Thánh** – Tham gia cộng đồng giảng dạy Lời Chúa và sống theo Lời Chúa. Truy cập trang web của Hội Thánh God's Eagle qua https://www.otakada.org hoặc https://chat.whatsapp.com/H67spSun32DDTma8TLh0ov
3. **Làm lễ rửa tội** – Hãy tiến thêm một bước nữa để công khai tuyên bố đức tin của bạn.
4. **Hãy đọc Kinh Thánh mỗi ngày** – Bắt đầu với Phúc Âm Giăng.
5. **Hãy cầu nguyện mỗi ngày** – Trò chuyện với Chúa như một người bạn và một người Cha.
6. **Hãy giữ liên lạc** – Hãy ở bên cạnh những người khuyến khích bạn bắt đầu hành trình mới.
7. **Bắt đầu một quá trình môn đệ hóa trong cộng đồng** – Phát triển mối quan hệ cá nhân với Chúa Giê-su Ki-tô thông qua các liên kết này

Khóa học môn đệ 40 ngày phần 1 - https://www.otakada.org/get-free-40-days-online-discipleship-course-in-a-journey-with-jesus/

40 Ngày Học Môn Đệ 2 - https://www.otakada.org/get-free-40-days-dna-of-discipleship-journey-with-jesus-series-2/

Khoảnh khắc được cứu rỗi của tôi

Ngày : ______________________

Chữ ký : ___________________

"Nếu ai ở trong Đấng Christ, người ấy là một tạo vật mới; những điều cũ đã qua đi, nay đã thay mới!"

— 2 Cô-rinh-tô 5:17

Giấy chứng nhận về đời sống mới trong Chúa Kitô

Tuyên bố về sự cứu rỗi – Được tái sinh bởi ân điển
Điều này xác nhận rằng

____

(Họ và tên đầy đủ)
đã công khai tuyên xưng **đức tin vào Chúa Giê-su Ki-tô** là Chúa và Đấng Cứu Thế, và đã nhận được món quà cứu rỗi miễn phí thông qua sự chết và sự phục sinh của Ngài.
"Nếu bạn công khai tuyên xưng rằng Chúa Giê-su là Chúa và tin trong lòng rằng Đức Chúa Trời đã khiến Ngài sống lại từ cõi chết, thì bạn sẽ được cứu rỗi."
— Rô-ma 10:9 (NLT)
Vào ngày này, thiên đường hân hoan và một hành trình mới bắt đầu.
Ngày ra quyết định : ______________________________

Chữ ký : ______________________________________

Tuyên ngôn về sự cứu rỗi
"Hôm nay, tôi dâng hiến cuộc đời mình cho Chúa Giê-su Christ.
Tôi tin rằng Ngài đã chết vì tội lỗi tôi và sống lại. Tôi tiếp nhận Ngài làm Chúa và Đấng Cứu Thế của tôi. Tôi được tha thứ, được tái sinh và được làm mới. Từ giây phút này trở đi, tôi sẽ bước đi theo dấu chân Ngài."
Chào mừng bạn đến với gia đình của Chúa!
Tên bạn được ghi trong Sách Sự Sống của Chiên Con.
Câu chuyện của bạn chỉ mới bắt đầu — và nó sẽ trường tồn mãi mãi.

KẾT NỐI VỚI MỤC VỤ ĐẠI BÀNG CỦA CHÚA

- Trang web: www.otakada.org
- Bộ sách "Sự giàu có vượt qua mọi lo lắng": www.wealthbeyondworryseries.com
- Email: ambassador@otakada.org

- **Hãy ủng hộ công việc này:**

Hãy ủng hộ các dự án, sứ mệnh của vương quốc và các nguồn tài nguyên toàn cầu miễn phí thông qua việc dâng hiến theo giao ước.

Quét mã QR để quyên góp
: https://tithe.ly/give?c=308311

Sự hào phóng của quý vị giúp chúng tôi tiếp cận được nhiều người hơn, dịch thuật tài liệu, hỗ trợ các nhà truyền giáo và xây dựng hệ thống môn đệ hóa trên toàn cầu. Xin cảm ơn!

Tiểu sử tác giả

Zacharias Godseagle

Tác giả • Giáo viên • Nhà lãnh đạo có tầm nhìn

Zacharias Godseagle là một người giảng dạy Lời Chúa đầy nhiệt huyết và là một tiếng nói sáng suốt cho Thân Thể Chúa Kitô. Mang trong mình ân điển đặc biệt về sự hiểu biết thuộc linh, Zacharias phục vụ với sự rõ ràng, chiều sâu tiên tri và một khát khao cháy bỏng muốn thấy các tín hữu bước đi trong sự thanh khiết, thánh thiện và sự đầu phục đích thực cho Chúa Kitô.

Là một cộng tác viên trong công việc của Hội thánh God's Eagle Ministries (GEM), ông đóng vai trò quan trọng trong việc định hình nội dung môn đệ hóa, sự hiểu biết Kinh Thánh và hoạt động truyền giáo dựa trên phương tiện truyền thông, tác động đến cuộc sống của mọi người trên cả không gian kỹ thuật số và thế giới thực. Các bài viết của ông tập trung vào sự biến đổi nội tâm, sự vâng phục và sự phục hồi vị trí của Chúa Kitô trong lòng người tin.

Zacharias được thúc đẩy bởi một niềm tin đơn giản: **khi trái tim hướng về một phía, số phận sẽ hướng về phía đó.** Anh ấy tiếp tục tiếp cận khán giả trên toàn cầu thông qua việc giảng dạy, hướng dẫn và các dự án sáng tạo tràn đầy cảm hứng tâm linh.

Đại sứ Monday O. Ogbe

Tác giả • Nhà truyền giáo • Người sáng lập, Tổ chức Mục vụ Đại Bàng của Chúa (GEM)

Đại sứ Monday Oreojo Ogwuojo Ogbe là người sáng lập **God's Eagle Ministries (GEM)** — một tổ chức truyền giáo toàn cầu với sứ mệnh “kết nối mọi người với Chúa thông qua Lời Ngài”. Nổi tiếng với niềm đam mê mãnh liệt dành cho lẽ thật, khả năng kể chuyện giàu cảm xúc và những lời giảng dạy mang tính tiên tri, ông phục vụ khắp các quốc gia thông qua viết lách, podcasting, làm phim, truyền giáo kỹ thuật số và đào tạo môn đồ.

Với kinh nghiệm trong lĩnh vực lãnh đạo, truyền thông và truyền giáo, Đại sứ Monday mang trong mình ơn phước đa văn hóa vang vọng từ châu Phi đến châu Á, châu Mỹ, châu Âu và Trung Đông. Những lời giảng dạy của ông đề cập đến những cuộc đấu tranh thầm kín trong lòng người tin Chúa—lòng tham lam, những đấu tranh về bản sắc, sự tự mãn về mặt tâm linh và sự xói mòn âm thầm mối quan hệ mật thiết với Đức Chúa Trời.

Ông là tác giả của nhiều bài suy niệm, bộ sách và các bài giảng đa phương tiện tiếp cận hàng triệu người thông qua otakada.org và các nền tảng kỹ thuật số của GEM.

Thông điệp sống của ông rất đơn giản nhưng sâu sắc:
"Khi Chúa Kitô ngự ở trung tâm, mọi thứ khác sẽ được đặt đúng vị trí của nó."

Comfort Lady Ogbe

Tác giả • Người cầu thay • Cộng tác viên trong công tác mục vụ

Comfort Lady Ogbe là một nhà văn, người cầu nguyện và cộng tác viên trong sứ mệnh của Vương quốc Chúa tại Hội thánh God's Eagle Ministries. Được trời phú cho lòng thương xót, sự sáng suốt và tinh thần chăm sóc, bà mang đến chiều sâu cảm xúc và nền tảng tâm linh cho mọi dự án mà bà tham gia.

Những đóng góp của bà—thường là thầm lặng—mang đậm hương vị của sự khiêm nhường, trí tuệ và sự chữa lành. Bà an ủi mọi người thông qua tư vấn, cầu nguyện, dạy dỗ và hợp tác sáng tạo, đặc biệt là trong những công việc nhấn mạnh vào việc phục hồi gia đình, trưởng thành tâm linh và biến đổi tâm hồn.

Với tư cách là một tác giả, bà viết dựa trên kinh nghiệm sống và niềm tin tâm linh, mang đến cho độc giả sự sáng suốt, an ủi và khích lệ để theo đuổi sự trọn vẹn trong Chúa Kitô.

Comfort cam kết giúp các tín đồ trải nghiệm Chúa không chỉ qua tri thức, mà còn trong cuộc sống hằng ngày—nơi trái tim học cách tin tưởng, phó thác và phát triển.

Trang tác giả:
https://www.amazon.com/stores/Zacharias-Godseagle/author/B0FCZ89D4K

SÁCH VÀ TÀI LIỆU THAM KHẢO ĐƯỢC KHUYẾN NGHỊ

THÁNH AUGUSTINE THÀNH HIPPO (354–430 SAU CÔNG NGUYÊN)

Từ một trái tim không ngừng tìm tòi đến một cuộc đời được ghi chép lại - Những bức thư sống động - Chuỗi bài suy niệm 40 ngày - Phần 1

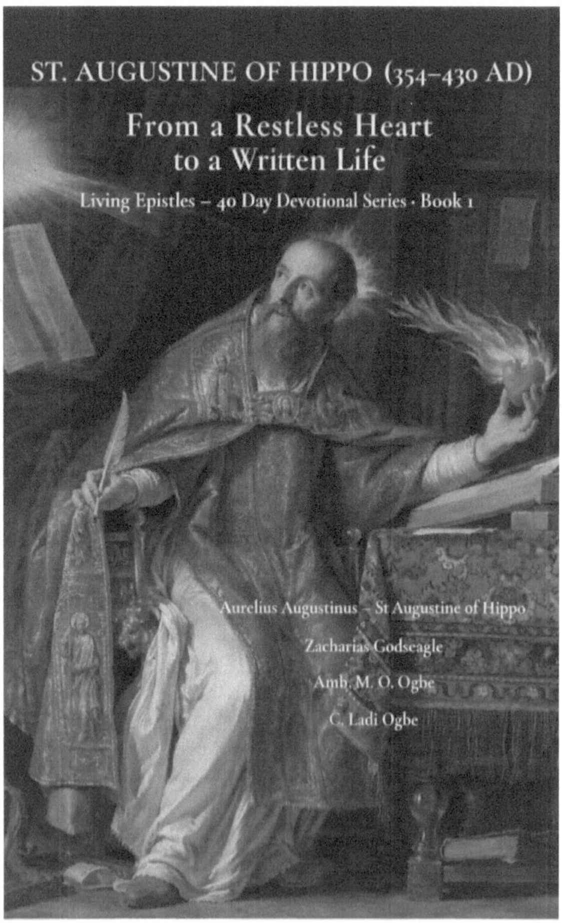

sách điện tử trên Amazon -
https://www.amazon.com/ST-AUGUSTINE-HIPPO-354-430-Devotional-ebook/dp/B0GJN8N9XS

Link đặt mua sách bìa mềm trên Amazon -
https://www.amazon.com/St-Augustine-Hippo-354-430-Devotional/dp/B0GJWTVLR6

Ingramspark -
https://shop.ingramspark.com/b/084?params=BZOOW3dj93aGEtBL2Fv1VY8wV1OQvA10dtZRDgk7Z9Z

QUÉT TÔI

GIA HẠN 7
Chữa lành trái tim ngôi nhà bạn trong 7 ngày: Chuỗi bài giảng về sự đổi mới – Phiên bản về sự đoàn kết gia đình.

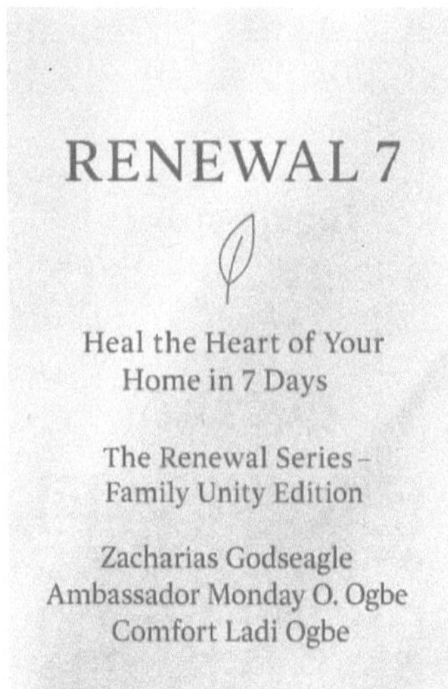

Link đến sách bản bìa mềm - https://shop.ingramspark.com/b/084?params=htyfL002e1JzyEpZWkKtaXWF5FJ1jZFOjgiQKEfcbnw

Link đến trang Amazon phiên bản bìa mềm - https://www.amazon.com/RENEWAL-Heal-Heart-Your-Renewal/dp/B0GD92153W

Link đến sách điện tử trên Amazon –

https://www.amazon.com/RENEWAL-Heal-Heart-Your-Renewal-ebook/dp/B0G91BMFND

QUÉT TÔI –

Phục Hưng 7: Chữa Lành Trái Tim Ngôi Nhà Bạn Trong 7 Ngày

Bộ sách Đổi mới - Ấn bản về Sự đoàn kết gia đình

Link đến sách bìa mềm -
https://shop.ingramspark.com/b/084?params=nSEEL
v9oUsItOu5akVZlg4ycGbbmvlBOtSiqeOZr5yQ

Link đến sách bìa mềm trên Amazon -
https://www.amazon.com/RENEWAL-MARRIAGE-
Heart-Marriage-Renewal/dp/B0GDC1YZJ7

Link đến sách điện tử trên Amazon - https://www.amazon.com/RENEWAL-MARRIAGE-Heart-Marriage-Renewal-ebook/dp/B0G6JXJWJL

Ngai vàng của trái tim – 12 trận chiến chúng ta phải thắng

Sách điện tử Amazon -
https://www.amazon.com/THRONE-HEART-COVETOUSNESS-Counterfeit-CONTENTMENT-ebook/dp/B0G4SPFRY7

Sách bìa mềm trên Amazon -
https://www.amazon.com/THRONE-HEART-COVETOUSNESS-Counterfeit-CONTENTMENT/dp/B0G4TKW1ND

Sách bìa mềm từ Ingramspark - https://shop.ingramspark.com/b/084?params=a75LJXtvvI63VnzeQPleQTkAJWfu8CPQV6l5Oe31D80

4 bài giảng trong 1 của Zacharias Godseagle kèm link âm thanh –

tải sách điện tử trên Amazon -
https://www.amazon.com/Sermons-Zacharias-Godseagle-Audio-links-ebook/dp/B0G4XCH4TW

Sách bìa mềm trên Amazon -
https://www.amazon.com/Sermons-Zacharias-Godseagle-Audio-links/dp/B0G4TK4XGT

Link mua sách bìa mềm Ingram Spark -
https://shop.ingramspark.com/b/084?params=nK2JERskkbhdAOSNseTUNRhaCFqUPZuhB4uYfqrXvGb

MÃ SỐ HÀNH HƯƠNG: Trí tuệ nhân tạo thức tỉnh

Sách điện tử - https://www.amazon.com/Logos-Protocol-Awakening-artificial-intelligence-ebook/dp/B0FXNQFSWZ

Sách bìa mềm - https://www.amazon.com/Logos-Protocol-Awakening-artificial-intelligence/dp/B0FXNGR66D

Sách bìa cứng - https://www.amazon.com/Logos-Protocol-Awakening-artificial-intelligence/dp/B0FZNTQR6Y

Sách bìa mềm Ingramspark - https://shop.ingramspark.com/b/084?params=QkK4aNYTYO9U5z9uOkdHgc7Ue1eGDLqbb1tz9WRPaSk

Vì sao sự giải thoát thất bại - và làm thế nào ngọn lửa của Chúa phục hồi tâm hồn: 40 lời tuyên bố hàng ngày để được giải thoát toàn diện

Sách điện tử - https://www.amazon.com/Why-Deliverance-Fails-Declarations-All-Round-ebook/dp/B0FW74L4G4

Sách bìa mềm - https://www.amazon.com/Why-Deliverance-Fails-Declarations-All-Round/dp/B0FWB3LXRM

Được cứu rỗi nhưng vẫn lạc lối – Người cải đạo không theo đạo – được dịch sang 25 ngôn ngữ.

Sách bìa mềm
https://shop.ingramspark.com/b/084?params=iYNB6S3PLMfREpm0jMM15bMe3BvWlkjcYyLYnHVGAds
Sách điện tử - https://www.amazon.com/SAVED-BUT-LOST-UNDISCIPLED-heartbreak-ebook/dp/B0FVJ29DF7

7 NGÀY CHIẾN TRANH VÀ PHỤC HỒI TINH THẦN - Đây là Phần 1

Trói buộc kẻ thù, đáp trả bảy lần bằng những mũi tên sắc nhọn, và khôi phục lại vận mệnh của bạn.

https://shop.ingramspark.com/b/084?params=8mPzqUl73Ex7uPyeO7ydyt8EGkkB6u2gX1jZvWU8j1C

Link sách điện tử - https://www.amazon.com/DAYS-SPIRITUAL-WARFARE-RECOVERY-Returning-ebook/dp/B0FMPJM5KZ

7 NGÀY CHIẾN TRANH VÀ PHỤC HỒI TÂM LINH - Phần 2 - Củng cố chiến thắng, phá tan tà ác trong gia đình và bảo vệ vận mệnh đã được phục hồi của bạn

Sách bìa mềm - https://shop.ingramspark.com/b/084?params=LkpNmGSsApHhWhiSO7bW3wFmcXQKIO4ZEBeSbP5rL1S

Sách điện tử - https://www.amazon.com/DAYS-SPIRITUAL-WARFARE-RECOVERY-Wickedness-ebook/dp/B0FR9YCMY8

TỪ BÓNG TỐI ĐẾN SỰ THỐNG TRỊ: 40 Ngày để Thoát Khỏi Sự Kiềm Chế Bí Ẩn của Bóng Tối

–

Một sự tận hiến toàn cầu về nhận thức, giải thoát và sức mạnh - Dành cho các cá nhân, gia đình và quốc gia sẵn sàng được tự do.

Sách bìa mềm

https://shop.ingramspark.com/b/084?params=aVgp21QfwJxNANkfMxIQ0yejuFCVY12KFr978SRkZUD

Link Amazon -

https://www.amazon.com/DARKNESS-DOMINION-Devotional-Awareness-Deliverance-ebook/dp/B0FLDH2Y67

- *Được giải thoát khỏi quyền lực bóng tối* **(Sách bìa mềm) —** Mua tại đây | Sách điện tử trên Amazon

  - **Những đánh giá hàng đầu từ Hoa Kỳ:**
    - **Khách hàng Kindle** : "Cuốn sách Cơ Đốc hay nhất từ trước đến nay!" (5 sao)

Cảm ơn Chúa Giê-su vì lời chứng này. Tôi đã được ban phước rất nhiều và khuyên mọi người nên đọc cuốn sách này... Vì tiền công của tội lỗi là sự chết, nhưng ân tứ của Đức Chúa Trời là sự sống đời đời. Shalom! Shalom!

    - **Da Gster** : "Đây là một cuốn sách rất thú vị và khá kỳ lạ." (5 sao)

Nếu những gì được nói trong cuốn sách là đúng thì chúng ta thực sự đang tụt hậu rất xa so với khả năng của kẻ thù! ... Một cuốn sách không thể thiếu đối với bất cứ ai muốn tìm hiểu về chiến tranh tâm linh.

    - **Visa** : "Tôi rất thích cuốn sách này" (5 sao)

Đây quả là một điều bất ngờ... một lời thú nhận chân thật... Gần đây tôi đã tìm kiếm khắp nơi để mua nó. Thật vui mừng khi tìm được nó trên Amazon.

- **FrankJM** : "Khá khác biệt" (4 sao)

Cuốn sách này nhắc nhở tôi về sự khốc liệt của cuộc chiến tâm linh. Nó cũng giúp tôi nhớ lại lý do tại sao cần phải mặc "Toàn bộ áo giáp của Đức Chúa Trời".

- **JenJen** : "Ai muốn lên Thiên đường thì hãy đọc cuốn này!" (5 sao)

Cuốn sách này đã thay đổi cuộc đời tôi rất nhiều. Cùng với lời chứng của John Ramirez, nó sẽ giúp bạn nhìn nhận đức tin của mình theo một cách khác. Tôi đã đọc nó 6 lần rồi!

- *Cựu tín đồ Satan: Cuộc trao đổi với James* (Sách bìa mềm) — Mua tại đây | Sách điện tử trên Amazon

- ***LỜI CHỨNG CỦA MỘT CỰU THỜ QUỶ SATAN NGƯỜI CHÂU PHI*** - *Mục sư JONAS LUKUNTU MPALA* (Sách bìa mềm) — Mua tại đây | Sách điện tử trên Amazon

- *Những Chiến Công Vĩ Đại Tập 14* (Sách bìa mềm) — Mua tại đây | Sách điện tử trên Amazon

- *"Out of the Devil's Cauldron"* của John Ramirez — Hiện có bán trên Amazon.
- *Ngài Đến Để Giải Phóng Những Người Bị Tù Tù* - Tác giả: Rebecca Brown — Tìm mua trên Amazon

Các sách khác do tác giả xuất bản – Hơn 1000 đầu sách

Được yêu thương, được lựa chọn và được trọn vẹn : Hành trình 30 ngày từ bị từ chối đến **được phục hồi,** được dịch ra 40 ngôn ngữ trên thế giới.

https://www.amazon.com/Loved-Chosen-Whole-Rejection-Restoration-ebook/dp/B0F9VSD8WL

https://shop.ingramspark.com/b/084?params=xga0WR16m
uFUwCoeMUBHQ6HwYjddLGpugQHb3DVa5hE

Theo bước chân Ngài — Thử thách 40 ngày WWJD: Sống theo gương Chúa Giê-su qua những câu chuyện có thật trên khắp thế giới

https://www.amazon.com/His-Steps-Challenge-Real-Life-Stories-ebook/dp/B0FCYTL5MG

https://shop.ingramspark.com/b/084?params=DuNTWS59IbkvSKtGFbCbEFdv3Zg0FaITUEvlK49yLzB

CHÚA GIÊ-SU Ở CỬA:
40 Câu Chuyện Đau Lòng và Lời Cảnh Báo Cuối Cùng Từ Thiên Đường Dành Cho Các Giáo Hội NGÀY NAY
https://www.amazon.com/dp/B0FDX31L9F

https://shop.ingramspark.com/b/084?params=TpdA5j8WPvw83glJ12N1B3nf8LQte2a1lIEy32bHcGg

ĐỜI SỐNG GIAO ƯỚC: 40 Ngày Sống Trong Phước Lành của Phục Truyền Luật Lệ Ký 28

- https://www.amazon.com/dp/B0FFJCLDB5

Những câu chuyện từ người thật, sự vâng lời thực sự và sự thật.

https://shop.ingramspark.com/b/084?params=bH3pzfz1zdCOLpbs7tZYJNYgGcYfU32VMz3J3a4e2Qt

Phiên dịch sang hơn 20 ngôn ngữ

HIỂU VỀ CÔ ẤY VÀ HIỂU VỀ ANH ẤY:
40 ngày hướng đến sự chữa lành, thấu hiểu và tình yêu bền lâu

https://www.amazon.com/KNOWING-HER-HIM-Healing-Understanding-ebook/dp/B0FGC4V3D9

https://shop.ingramspark.com/b/084?params=vC6KCLoI7Nnum24BVmBtSme9i6k59p3oynaZOY4B9Rd

HOÀN THÀNH, KHÔNG CẠNH TRANH:
Hành trình 40 ngày hướng đến mục đích, sự đoàn kết và hợp tác

https://shop.ingramspark.com/b/084?params=5E4v1tHgeTqOOuEtfTYUzZDzLyXLee30cqYo0Ov9941

https://www.amazon.com/COMPLETE-NOT-COMPETE-Journey-Collaboration-ebook/dp/B0FGGL1XSQ/

MÃ SỐ SỨC KHỎE THIÊNG LIÊNG - 40 Chìa Khóa Hàng Ngày để Kích Hoạt Sự Chữa Lành Thông Qua Lời Chúa và Sự Sáng Tạo. Khám Phá Sức Mạnh Chữa Lành của Thực Vật, Cầu Nguyện và Hành Động Tiên Tri.

https://shop.ingramspark.com/b/084?params=xkZMrYcEHnrJDhe1wuHHYixZDViiArCeJ6PbNMTbTux

https://www.amazon.com/dp/B0FHJT42TK

Bạn có thể tìm thấy các cuốn sách khác trên trang tác giả tại https://www.amazon.com/stores/Ambassador-Monday-O.-Ogbe/author/B07MSBPFNX

www.ingramcontent.com/pod-product-compliance
Lightning Source LLC
LaVergne TN
LVHW040414051026
849517LV00002B/305

9798295739187